மணல்

மணல்

அசோகமித்திரன் (1931–2017)

இயற்பெயர் ஜ. தியாகராஜன். செகந்தராபாத்தில் பிறந்தார். மெஹ்பூப் கல்லூரியிலும் நிஜாம் கல்லூரி யிலும் ஆங்கிலம், இயற்பியல், வேதியியல் படித்தார். தந்தையின் மறைவுக்குப்பின் இருபத் தொன்றாம் வயதில் குடும்பத்துடன் சென்னைக்குக் குடியேறினார். *கணையாழி* மாத இதழின் ஆசிரிய ராகப் பல ஆண்டுகள் பணியாற்றினார்.

1951 முதல் தமிழிலும் ஆங்கிலத்திலும் எழுதினார். சிறுகதை, குறுநாவல், நாவல், கட்டுரை, விமர்சனம், சுய அனுபவப் பதிவு போன்ற பிரிவுகளில் 60 நூல் களுக்கும் மேல் எழுதியிருக்கிறார். பல இந்திய மொழி களிலும் சில ஐரோப்பிய மொழிகளிலும் இவரது நூல்கள் மொழிபெயர்க்கப்பட்டுள்ளன. 1973இல் அமெரிக்காவின் அயோவா பல்கலைக்கழகத்தின் எழுத்தாளர்களுக்கான சிறப்புப் பயிலரங்கில் கலந்து கொண்டவர்.

1996ஆம் ஆண்டு சாகித்திய அக்காதெமி விருது பெற்றார்.

அசோகமித்திரன் தனது 85வது வயதில், 23.03.2017 அன்று சென்னை வேளச்சேரியில் காலமானார்.

மனைவி: ராஜேஸ்வரி. மகன்கள்: தி. ரவிசங்கர், தி. முத்துக்குமார், தி. ராமகிருஷ்ணன்.

அசோகமித்திரனின்
பிற காலச்சுவடு வெளியீடுகள்

நாவல்

- 18வது அட்சக்கோடு (கிளாசிக் வரிசை)
- ஒற்றன்!
- யுத்தங்களுக்கிடையில் . . .
- மானசரோவர் (கிளாசிக் வரிசை)
- தண்ணீர் (கிளாசிக் வரிசை)
- கரைந்த நிழல்கள் (கிளாசிக் வரிசை)
- இந்தியா 1944–48
- இன்று
- ஆகாயத் தாமரை

சிறுகதை

- ஐந்நூறு கோப்பைத் தட்டுகள் (கிளாசிக் வரிசை)
- வாழ்விலே ஒரு முறை (முதல் சிறுகதைத் தொகுப்பு வரிசை)
- அழிவற்றது
- 1945இல் இப்படியெல்லாம் இருந்தது . . .
- இரண்டு விரல் தட்டச்சு
- அசோகமித்திரன் சிறுகதைகள் (முழுத் தொகுப்பு)
- அமானுஷ்ய நினைவுகள்

குறுநாவல்

- இன்ஸ்பெக்டர் செண்பகராமன்
- அசோகமித்திரன் குறுநாவல்கள் (முழுத் தொகுப்பு)

கட்டுரை

- எரியாத நினைவுகள் (கிளாசிக் வரிசை)
- படைப்புக்கலை
- சில ஆசிரியர்கள் சில நூல்கள்
- ஒரு பார்வையில் சென்னை நகரம்
- ஆடிய ஆட்டமென்ன
- திரைக்குப் பின்

அசோகமித்திரன்

மணல்

காலச்சுவடு பதிப்பகம்

> ● அன்பார்ந்த வாசகருக்கு,
>
> வணக்கம்.
>
> காலச்சுவடு நூலை வாங்கியமைக்கு நன்றி.
>
> நூலின் உள்ளடக்கம், உருவாக்கம், அட்டைப்படம் இன்ன பிற அம்சங்கள் பற்றிய உங்கள் கருத்துகளையும் ஆலோசனைகளையும் காலச்சுவடு வரவேற்கிறது. தகவல், எழுத்து, வாக்கியப் பிழைகள் தென்பட்டால் அவசியம் தெரிவித்து உதவுங்கள். நூல் தயாரிப்பில் கடும் குறைபாடு இருப்பின் மாற்றுப் பிரதி உங்களுக்குக் கிடைக்கக் காலச்சுவடு ஏற்பாடு செய்யும்.
>
> **மின்னஞ்சல்:** publisher@kalachuvadu.com
>
> காலச்சுவடு நாகர்கோவில் அலுவலகத்திற்குக் கடிதம் அனுப்பலாம்.
>
> தங்கள்
> எஸ்.ஆர். சுந்தரம் (கண்ணன்)
> பதிப்பாளர் – நிர்வாக இயக்குநர்

மணல் ❖ குறுநாவல் ❖ ஆசிரியர்: அசோகமித்திரன் ❖ © ராஜேஸ்வரி, தி. ரவிசங்கர், தி. முத்துக்குமார், தி. ராமகிருஷ்ணன் ❖ முதல் பதிப்பு: 1969 ❖ காலச்சுவடு முதல் பதிப்பு: டிசம்பர் 2017, ஐந்தாம் பதிப்பு: ஜனவரி 2025 ❖ வெளியீடு: காலச்சுவடு பப்ளிகேஷன்ஸ் (பி) லிட்., 669, கே.பி. சாலை, நாகர்கோவில் 629001 ❖ கோட்டோவியங்கள்: அனந்த பத்மநாபன்

maNal ❖ Novellette ❖ Author: Ashokamitran ❖ © Rajeswari, T. Ravishankar, T. Muthukumar and T. Ramakrishnan ❖ Language: Tamil ❖ First Edition: 1969 ❖ Kalachuvadu First Edition: December 2017, Fifth Edition: January 2025 ❖ Size: Crown ❖ Paper: 18.6 kg maplitho ❖ Pages: 88

Published by Kalachuvadu Publications Pvt. Ltd., 669 K.P. Road, Nagercoil 629001, India ❖ Phone: 91-4652-278525 ❖ e-mail: publications@kalachuvadu.com ❖ Line Drawings: Anantha Pathmanabhan ❖ Printed at Adyar Students xerox Pvt. Ltd., No. 275 Habibullah Road, Triplicane high Road, Opp Triplicane Post Office, Triplicane, Chennai 600005

ISBN: 978-93-86820-07-5

01/2025/S.No. 787, kcp 5582, 18.6 (5) uss

முன்னுரை

சரோஜினி வீடு திரும்புவதில் தொடங்கும் கதை அவள் வீட்டை விட்டு வெளியேறுவதில் முடிகிறது. இடையில் சில மாதங்கள். அதிக பட்சம் ஓராண்டு இருக்கலாம். சில சம்பவங்கள். ஒரு மரணம். பிறப்பு. திருமணம். குழந்தைகள். காதல். விரக்தி. சலிப்பு. நிராசை. நம்பிக்கை.

மணலை வைத்துப் பெரிய கட்டுமானங்களை எழுப்பலாம். நூற்றாண்டுகள் கடந்து நிற்கும் கட்டடங்களையும் கோபுரங்களையும் எழுப்பலாம். ஆனால் வெறும் மணலை வைத்து அல்ல. அத்துடன் தண்ணீர், சிமிண்ட், கற்கள் எனப் பல அம்சங்கள் சேர வேண்டும். இவை எதுவுமே இல்லாமல் மணல் எந்தக் கட்டுமானத்தையும் உருவாக்காது. சரோஜினியின் குடும்பம் வெறும் மணலாகத்தான் இருக்கிறது.

சென்னையில் எழுபதுகளில் இருந்திருக்கக் கூடிய ஒரு பிராமணக் குடும்பம். வீட்டில் அப்பாவும் மூத்த பிள்ளையும் சம்பாதித்தாலும் செலவுக்குக் கையைக் கடிக்கும் பொருளாதார

நிலை. கடைசிப் பெண் சரோஜினி பள்ளி இறுதியாண்டு படிக்கிறாள். மருத்துவம் படிக்க வேண்டுமென்று அவளுக்கு ஆசை. மூத்தவனுக்கு இன்னும் கல்யாணம் ஆகவில்லை. அவனை அடுத்து ஒரு ஆண் பிள்ளை. அடுத்த மூன்றும் பெண்கள். இரண்டு பேருக்குக் கல்யாணமாகிவிட்டது. சரோஜினி படித்துக்கொண்டிருப்பதால் அவள் கல்யாணத்துக்கு அவசரம் இல்லை. பெரியவனுக்கு வரன் பார்த்துக் கொண்டிருக்கிறார்கள். மூத்த அக்கா தன் இரு குழந்தைகளுடன் வந்திருக்கிறாள். அவளுக்கு வீட்டில் ஏதாவது பிரச்சினையா என்று சரியாகத் தெரியவில்லை. இரண்டாவது அண்ணா குழந்தைகளிடம் நன்றாகப் பழகுகிறான்.

அவர்கள் வாழ்க்கை சாவி கொடுக்கப்பட்ட கடிகாரம் போல ஒரே வட்டத்தில் சுழன்றுகொண்டிருக்கிறது. அம்மாவின் சமையலறைக் கடமைகளுக்கு ஓய்வே இல்லை. காலை, மதியம், மாலை, இரவு என்று சாப்பாட்டுக் கடைகளுக்கு நடுவில் வேறு பல வேலைகளும் உண்டு. போதாக்குறைக்குக் குழந்தைகளைக் கூட்டிக்கொண்டு பெரியவள் வேறு வந்து விட்டாள். பெரியவனுக்கு வரன் தட்டிப்போகிறதே என்ற கவலையும் சேர்ந்துகொள்கிறது.

அந்த வீட்டில் இருக்கும் ஆண்கள் எல்லாரும் ஏன் அன்னியர்களைப் போல இருக்கிறார்கள்? ஏன் அவர்களுக்குள் பேச்சுவார்த்தையே அதிகம் இல்லை? அவர்கள் ஏன் சாப்பிடும் நேரம் தவிர மற்ற நேரங்களில் வெளியில் இருப்பதையே விரும்புகிறார்கள்? வீட்டில் இருக்கும் பெண்களைப் பற்றி இவர்களுக்கு என்ன அபிப்பிராயம்? பெரியவன் ஏன் எப்போதும் தன் சைக்கிளை ஒழுங்கில்லாமல் நிறுத்துகிறான்? ஏன் தன் காலணிகளை எப்போதும் விசிறி அடிக்கிறான்? மாலை அலுவலகத்திலிருந்து வந்ததும் சிற்றுண்டி சாப்பிட்டுவிட்டு அவசர அவசரமாக எங்கே ஓடுகிறான்? இரண்டாம் பையன் எப்படிக் குழந்தைகளிடம் விளையாடுகிறான்? அவனுக்கும் பிறரிடம் பேச எதுவுமே இல்லாமல்போவது ஏன்? பேச வேண்டிய விஷயத்தைக்கூடப் பேசாமல் இருக்கிறான்.

அவனாவது காதலைப் பற்றிப் பேசாமல் இருக்கிறான். பெரியவனோ குடும்ப சகிதமாகப் பார்த்துவிட்டு வந்த பெண்ணைப் பிடித்திருக்கிறது என்றுகூடச் சொல்லாமல் இருக்கிறான்.

தங்கை படிப்பதற்காக மேசையை எடுத்துப்போடுவது, தங்கையின் குழந்தைகளுடன் விளையாடுவது என்பன போன்ற மிகச் சில தருணங்களிலேயே ஆண்கள் குடும்பத்திற் குள் இயல்பாக இருக்கிறார்கள். உறவுகளுடனான வாழ்வின் பொருளை உணர்ந்தவர்களாகத் தெரிகிறார்கள். மற்ற நேரங் களில் இறுக்கமான அன்னியர்களாகவே புழங்குகிறார்கள்.

இறுக்கங்களுடனும் அவஸ்தையுடனும் ஆண்கள் வந்து செல்லும் அந்த வீட்டில் பெண்கள் இயல்பாக இருக்கிறார்கள். பேச்சு, சிரிப்பு, அலுப்பு, வருத்தம் என்று இயல்பு வாழ்க்கையின் கூறுகள் அவர்களிடம் காணக் கிடைக்கின்றன. ஆனால் மணலைக் கட்டுமானமாக்க இந்த ஈரம் மட்டும் போதாது.

அசோகமித்திரன் எந்தப் பதிலையும் தருவதில்லை. அவர் தருவது சித்திரங்களை மட்டுமே. இறுக்கமும் அவஸ்தையும் பதற்றமும் நிரம்பிய வாழ்க்கைச் சித்திரங்கள். இவர்கள் ஏன் இப்படி இருக்கிறார்கள் என்று நீங்கள் கேட்கலாம். மணல் உங்களுக்குப் பதில் சொல்லாது. மணலைத் தோண்டிப் பார்த்து நீங்களே தெரிந்துகொள்ள வேண்டியதுதான். நீங்கள் தெரிந்துகொண்டதுதான் உண்மையான காரணமா என்று தெரிந்துகொள்ளவும் தரவுகள் இல்லை. பொருளாதார நெருக்கடி, இட நெருக்கடி, வாழ்க்கை நடைமுறைகள் சார்ந்த நெருக்கடி, பதற்றங்களைக் கையாளத் தெரியாத நிலை, புதிய பாதைகள் திறக்காத நிலை, உதவிகள் கிடைக்காத கையறு நிலை... இப்படிப் பல காரணங்களைக் கண்டு பிடிக்கலாம். ஆனால் இவைதாம் உண்மையான காரணங்கள் என்பதற்கு உத்தரவாதம் எதுவும் இல்லை. எல்லாம் மணலின் சலனங்கள். மணல் கோடுகள். ஈரமற்ற மணல் சித்திரங்கள்.

உணர்ச்சிகளில் தோயாமல் அவற்றைத் துல்லியமாகக் கையாளும் கலைஞன் அசோகமித்திரன். அம்மாவைப் பரிசோதிப்பதற்காக சரோஜினி டாக்டரை அழைத்துவரும் காட்சி எழுப்பும் ஆழமான அதிர்வுகள், அசோமித்திரனின் கலையின் விளைவுகள். கதையின் ஒவ்வொரு சம்பவமும் இதுபோல ஏதேனும் ஒரு தருணத்தைக் கொண்டிருக்கிறது. ஒவ்வொரு தருணமும் வாசகருள் அதிர்வுகளை ஏற்படுத்து கிறது. அசோகமித்திரன் எதையும் தானாக உருவாக்குவ தில்லை. அவர் யாரைப் பற்றியும் எந்த அபிப்பிராயத்தை யும் முன்வைப்பதில்லை. எல்லாரையும் அவர் பார்த்துக் கொண்டிருக்கிறார். தன் பார்வைக்குப் படுபவற்றைச் சித்தரிக் கிறார். அந்தப் பார்வையின் தனித்துவம் அந்தச் சித்தரிப்பை நுணுக்கமான இழைகள் கொண்ட கோலமாக மாற்றுகிறது.

அன்றாட வாழ்வின் சமன்பாடுகளும் பயணங்களும் மாறும்போது அதற்கேற்ப வாழ்க்கை முறையிலும் மாற்றம் ஏற்பட வேண்டும். நிலம், கோவில், குடும்பம், வணிகம் முதலானவை சார்ந்த வாழ்க்கை ஒருவிதமான வாழ்க்கைமுறையை உருவாக்கியிருந்தது. நவீன வாழ்வு அந்த வாழ்வின் அடிப்படைகளையே மாற்றியது. இந்த மாற்றத்திற்கேற்ற தகவமைப்பு வாழ்க்கைமுறையில் போதிய அளவு நடைபெறாத காலகட்டத்தின் திணறலை மணலின் சித்திரங்கள் பிரதிபலிக்கின்றன. மரபுசார் வாழ்வில் ஊறிய மனம் நவீன வாழ்வுடன் உறவாடுவதில் கொண்ட அவஸ்தையின் வெளிப்பாடாகவும் இந்தக் குடும்பத்தின் தத்தளிப்புகளைப் பார்க்கலாம். அவ்வகையில் இந்தக் குடும்பம் ஒரு குறிப்பிட்ட காலகட்டத்தின் ஒரு குறிப்பிட்ட பிரிவினரின் வகை மாதிரிக் குடும்பம் என்று சொல்லலாம். அது எதிர்கொள்ளும் சிக்கல்களும் வகைமாதிரித் தன்மை கொண்டவையாகவே தோற்றம்கொள்கின்றன. எனவே இந்த ஒரு குடும்பத்தின் மூலம் பல்வேறு குடும்பங்களையும் மனிதர்களையும் காலப் பின்னணியோடு புரிந்துகொள்ள முடிகிறது. குறுநாவல் என்று சொல்லத்தக்க ‘மணல்’

என்னும் இந்த நீண்ட கதை ஒருவகையில் கால மாற்றத்தின் முக்கியமானதொரு தருணத்தை வாசகரின் அனுபவப் பரப்பிற்குள் கொண்டுவருகிறது.

'மணல்' குடும்பத்தைப் பார்க்கும்போது ஒரு விஷயம் புரிகிறது. எந்தச் சூழலிலும் பெண்கள் குடும்பத்தின் ஆதாரமாக இருக்கிறார்கள்; அஸ்திவாரமாகவும் சுமைதாங்கியாகவும் இருக்கிறார்கள். பொருளாதாரம், உறவுநிலைகள் மீது தாக்கம் ஏற்படுத்தலாம். ஆனால் பொருளாதாரத்தின் மீது எந்த அதிகாரமும் அற்ற பெண்கள்தாம் பொருளாதார நெருக்கடி களையும் பொருள்சார் உலகின் இதரப் பிரச்சினைகளையும் தாண்டிக் குடும்பத்தைத் தாங்குகிறார்கள். இதில் அவர்கள் இழப்பது தங்கள் தனித்தன்மையை. கனவுகளை. ஆசுவாசங் களை. சந்தோஷங்களை. நிம்மதிகளை. புறச் சூழலோடு போராடுவதற்கான உரிமைகளையும் அவர்கள் இழக்கிறார்கள். ஆனால் எவ்வளவு பலவீனமானதாக ஆகிவிட்டாலும் குடும்பம் என்ற அமைப்பின் அஸ்திவாரத்தை அவர்கள் தாங்கிப்பிடிக்கிறார்கள்.

ஆனால் நவீன வாழ்வின் தாக்கத்திற்கு உட்பட்ட தலைமுறையால் வெளியே தெரியாத அஸ்திவாரக் கல்லாக இருந்து அடையாளமற்று மறைந்துபோக முடியாது. அதன் வியர்த்தம் அவர்களுக்குப் புரிந்துவிடுகிறது. அமைப்பைக் கட்டிக்காப்பதில் சகல தரப்பினரின் ஒத்துழைப்பும் தேவை என்பதை அவர்கள் உணர்கிறார்கள். கோபத்தைப் போலவே பொறுமையும் தியாகமும்கூடப் பொருளற்றதாகிவிட முடியும் என்பதை உணர்கிறார்கள். வெறுமையின் கல்லறையில் பொருளின்மையின் அமைதியில் உறங்க அவர்கள் விரும்ப வில்லை. பாதுகாப்பற்றது எனினும் வெளியை அவர்கள் நாடுகிறார்கள். இந்த மாற்றத்தின் அடையாளங்களும் மணல் பரப்பின்மேல் சிற்றலைகளாகச் சலனம் கொள்கின்றன.

பூங்காவிற்குச் செல்லும் சரோஜினியை எண்ணி நாம் மகிழ்ச்சி அடைய முடியாது. நான்கு சுவர்களுக்குள் தன்

வாழ்வை வாழ்ந்து தீர வேண்டிய நிலையிலிருந்த அம்மாவைப் பதிலீடு செய்யும் வாழ்க்கையிலேயே அமிழ்ந்திருக்கும்படி அவளிடம் நம்மால் சொல்லவும் முடியாது. முன்முடிவுகளோ தீர்ப்புகளோ அற்று அவள் பயணத்தைப் பார்ப்பது மட்டுமே நமக்குச் சாத்தியம். சரோஜினி வீட்டை விட்டுச் சிறிது தூரமே வருகிறாள். ஆனால் இந்தப் பயணம் வரலாற்றில் மிகப் பெரிய பயணம். இந்தப் பயணத்தை அவசியமாக்கிய காரணிகளைப் புரிந்துகொள்ளும் தேடலைக் கதையின் முடிவிலிருந்து நாம் தொடங்கலாம்.

சென்னை **அரவிந்தன்**

02.07.2014

மணல்

1

சரோஜினி கேட்டைத் திறந்துகொண்டு வீட்டின் உள்ளே நுழைந்தபோது முன் வராந்தாவில் யாரும் இல்லை. நேராக உள்ளே போகாமல் அவள் வீட்டைச் சுற்றி வெளிப்புறமாக ஹால் ஜன்னலை அடைந்து புத்தகங்களை மட்டும் கம்பி வழியாக உள்ளே போட்டாள். பிறகு கொல்லைப் புறத்திலிருந்த கிணற்றருகில் போனாள். கிணற்று ராட்டினக் கம்பத்திலும், வேலியோரமாக இருந்த நெல்லி மரத்திலும் புதிதாக ஒரு கயிற்றைக் கொடியாகக் கட்டி அது நிறைய சிறியது, பெரியதாகக் குழந்தைக்குப் போடும் துணிகள் அலசி உலர்த்தப்பட்டிருந்தன. யார் ஊரிலிருந்து வந்திருக்க வேண்டும் என்று அவளுக்குத் தெரிந்து விட்டது. துணி எதிலும் படாமல் ஓரமாக நின்றுகொண்டு சரோஜினி, "அம்மா," என்று கூப்பிட்டாள். அம்மா சமையலறையில் இருந்தால் அவசியம் அவள் காதில் பட்டிருக்கும். ஆனால் அம்மா வேறெங்கேயோ இருந்தாள். சரோஜினி

மீண்டும், "அம்மா," என்று குரல் கொடுத்தாள். அப்போதும் அம்மா வரவில்லை. ஆனால் முனியம்மா வந்தாள். "என்ன ஒக்காந்திட்டயா?" என்று கேட்டாள்.

"அம்மா எங்கே?" என்று சரோஜினி கேட்டாள்.

"ஹாலிலே இருக்காங்க. பெரிய அக்கா ஊரிலேந்து வந்திருக்கு."

"தெரியும். கொஞ்சம் அம்மாவை வரச் சொல்லேன்."

முனியம்மா உள்ளே போனாள். சிறிது நேரத்திற்கெல்லாம் அம்மா வந்தாள். "ஏண்டி?" என்று கேட்டாள்.

"வெந்நீர் போடணும்."

"கர்மம், கர்மம்," என்று அம்மா சொல்லிக்கொண்டாள். வெந்நீர் அறைக்குள் போன வண்ணம், "கரப்பா, தப்பளையா?" என்று கேட்டாள்.

சரோஜினி அன்று கரப்பான் பூச்சியைத்தான் அரிந்திருந்தாள். இன்னும் நான்கைந்து பிராக்டிகல் வகுப்புகளில் அவள் கரப்பான் பூச்சியைத்தான் புரட்டிப் போட்டு சிறகுகளையும், கால்களையும் அகட்டியும் விலக்கியும் வைத்து, மெதுவாக மேல் சதையை அடி வயிற்றிலிருந்து அரிந்து, குடலை மெல்லிய கிடுக்கியால் மேலே தூக்கி, இனப்பெருக்க அங்கங்களையும், உமிழ் நீர் அங்க அமைப்பையும் பூதக் கண்ணாடியில் பார்த்து, படமும் வரைய வேண்டும். தவளைக்குப் பிறகு கரப்பான். அப்புறம் நிலப்புழு, நத்தை, பட்டுப்பூச்சி, மீன், எலி, சாக்குருவி – இவைகூட இன்னும் எது எதையோ அரிந்து பார்த்துப் படம் வரைய வேண்டும். இதெல்லாம் ஒழுங்காகச் செய்தால்தான் ஒரு நாள் மனிதப் பிணத்தைக் கீறிப் பார்க்க முடியும்.

முனியம்மா ஒரு சிறு வாளி நிறைய கிணற்று நீர் எடுத்துக் கொடுத்தாள். கிணற்றங்கரைப் பக்கத்தில் வேறு யாரும் இல்லை. இரு புறத்து வீடுகளின் கிணற்றுப் பக்கத்திலும் யாரும் இல்லை. இருந்தும் சரோஜினி தன் டிசெக்ஷன் பெட்டியைச் சுற்றிக் கட்டி வைத்திருந்த கைக்குட்டை ஒன்றைத்தான் அங்கே வெட்ட வெளியில் நனைத்துக்கொள்ள முடிந்தது. அதன் பிறகு அவள் வெந்நீர் அறைக்குள் போனாள். மூலையில் மூட்டப்பட்டிருந்த வெந்நீர் அடுப்பு நன்றாக எரிந்துகொண்டிருந்தது. வெந்நீர்த் தவலையில் குறைந்த அளவு தண்ணீர் இருந்ததால் அது சீக்கிரமே சுட்டு, அவள் குளித்துவிட முடியும். சரோஜினி ஒரு பிறையின் கோடியில் டிசெக்ஷன் பெட்டியை வைத்துவிட்டு ரவிக்கையைத் தளர்த்திக்கொண்டாள். முனியம்மா தவலையை முழுதும் நிரப்பி வைக்கவில்லை. அதனால் அம்மா சீக்கிரம் சரோஜினிக்காக வெந்நீர் எடுத்து ஒரு வாளி நிறைய விளாவி வைக்க முடிந்தது. முனியம்மா தலைக்குத் தண்ணீர் விட்டாள். வீட்டில் அந்த நேரத்தில் வேறு யாரும் ஒத்தாசைக்குக் கிடைக்கவில்லை. அம்மா தான் பாவாடையும் புடவையும் உள்கொடியிலிருந்து எடுத்து கம்பு நுனியில் கொண்டுவந்து வெந்நீர் அறைக் கதவின் மேல் போட்டாள். சரோஜினி குளித்துவிட்டுச் சவுக்கத்தால் தலை மயிரைச் சுற்றி முறுக்கிக்கொண்டு வெளியே வந்தாள்.

ஹாலில் பிரயாணக் களைப்பு தெரிய வனஜா தூங்கிக்கொண்டிருந்தாள். அவளைச் சுற்றி அவளுடைய மூன்று குழந்தைகளும் படுத்திருந்தன. இரண்டுதான் தூங்கிக்கொண்டிருந்தன. கடைசிக் குழந்தையான ஒரு வயது சுரேஷ் ஃபீடிங் பாட்டில் ரப்பரை வாயில் சப்பிக் கொண்டே விழித்திருந்தான். சரோஜினி, வனஜாவை மெதுவாகத் தாண்டிப் போனாள். வனஜா கை, கால்களைப் பரத்தி வைத்துக்கொண்டு மல்லாந்து படுத்துத் தூங்கிக்

மணல்

கொண்டிருந்தாள். சுரேஷ் 'உய், உய்' என்று சப்தம் செய்த வண்ணமே இருந்தான்.

சரோஜினி ஜன்னல் வழியாக உள்ளே போட்ட புத்தகங்களை எடுத்து அடுக்கித் தன் மேஜை மீது வைத்தாள். வராந்தாவில் மாடிப் படிக்குக் கீழே அவள் மேஜை இருந்தது. அது வராந்தாவாக இருந்தாலும் நல்ல அடக்கமான இடம். இரவு வேளையில் மட்டும் கொசுக்கள் துளைத்துவிடும்.

சரோஜினி மீண்டும் வெந்நீர் அறைக்குச் சென்று டிசெக்ஷன் பெட்டியை இடது கையால் எடுத்து வந்தாள். அம்மா சமையலறையில் அப்பளம் சுட்டுக்கொண் டிருந்தாள். வனஜாவிடமிருந்து விட்டு விட்டுக் குறட்டை ஒலி கேட்டது. அவள் ஒருக்களித்துப் படுத்துக்கொண்டால் குறட்டை வராமல்கூட இருக்கக் கூடும். ஆனால் மூன்றாவது பிரசவம் ஆகி உடம்பு ஊதிப்போன பிறகு மல்லாந்து படுத்துக்கொள்வது அவளுக்குப் பழக்கமாகிவிட்டது. அப்படிக் கை கால்களைச் சோளக்கொல்லைப் பொம்மை மாதிரி அகட்டி வைத்தபடி தூங்க ஆரம்பித்திருந்தாள். சரோஜினிக்குத் தானும் ஒரு நாள் அப்படித்தான் படுத்துத் தூங்க வேண்டியிருக்குமோ என்று தோன்றியது.

வாசல் கேட் உடைந்துவிடுவது போல ஒரு சப்தம் வந்தது. பெரிய அண்ணா மணி வந்துவிட்டான். அவன் ஆபீஸ் முடிந்ததும் சரியாக ஐந்தரை மணிக்கெல்லாம் வீட்டுக்கு வந்துவிடுவான். வந்து டிபன், காபி சாப்பிட்ட பிறகு வெளியே போனால் இரவு பத்தரை, பதினொரு மணிக்குத்தான் வருவான். இரண்டாவது அண்ணா அப்புவுக்கு சைக்கிள் உண்டு. ஆனால் அவனுக்கு டென்னிஸ் விளையாட வேண்டும். டென்னிஸ் ஆட்டத்திற்குப் பிறகு சகாக்களுடன் என்னதான் பேசிக்கொண்டிருந்தாலும் ஏழு ஏழரைக்கு மேல் சலிப்புத் தட்டிவிடும். அவன் வீடு

திரும்பி இரவுச் சாப்பாட்டுடன் டிபனையும் தின்றுவிட்டு உடனே படுக்கப் போய்விடுவான்.

வனஜா விழித்துக் கொண்டுவிட்டாள். "வா மணி" என்றாள். அப்படியே சரோஜினியைப் பார்த்து, "நீ எப்போ வந்தே?" என்று கேட்டாள்.

"பாசஞ்சர்லே வந்தயா? நீ வரதே தெரியாதே!" என்று சொல்லிக்கொண்டே மணி சைக்கிளைச் சுவரில் சாய்த்து வைத்தான். வைத்தது சரியில்லை. அவன் திரும்பிய வுடன் சைக்கிள் சரிந்து விழுந்தது. நேராக வைத்தான். சமையலறையி லிருந்து அம்மா, "ஏண்டி சரோஜா, இந்த டிபனைக் கொட்டிண்டு போயேன்," என்றாள். "இதோ நானும் வந்துட்டேம்மா," என்று மணி சொன்னான். "நீயும் வந்துட்டயா?" என்று அம்மா பதில் சொன்னாள்.

மணி பூட்ஸைக் கழற்றி ஓரமாக எறிந்தான். சுரேஷ் எழுந்து உட்கார்ந்துகொண்டான். மணி, "இந்த ரப்பரை ஏன் வாயிலே கொடுத்துத் தொலைக்கிறே? அசிங்கமா இருக்கு," என்றான். வனஜா பதில் சொல்லாமல் குழந்தை வாயிலிருந்த ரப்பரை எடுத்துப் புடவையில் துடைத்தாள்.

"வெறுமனேதானே வந்திருக்கே?" என்று மணி கேட்டான். அவன் டிரௌசரை அவிழ்த்து வேஷ்டி கட்டிக்கொள்வதில் கவனமாயிருந்தான். வாய்ரப்பரை இழந்த சுரேஷ் அழ ஆரம்பித் தான், மணி திரும்பிப் பார்த்தான். வனஜா சரோஜினியிடம், "கொஞ்சம் தூக்கி வைச்சுக்கோயேன். அப்புறம் அழமாட்டான்," என்றாள். சரோஜினி சுரேஷைத் தூக்கினாள். ஒரு வயதுக் குழந்தைக்கு அவன் நன்றாகவே வளர்ந்திருந்தான். சரோஜினி தூக்கியவுடன் ஒரு முறை திமிறி தன் இரு கால்களாலும் அவளை உதைத்தான். அவள் அத்துடனும் அவனைக் கெட்டியாகப் பிடித்துக்கொண்டாள்.

மணி வேஷ்டியை மேலும் கீழுமாகக் கட்டிக்கொண்டு பின்பக்கம் விரைந்தான். ஒரு விநாடி நின்று, "அத்திம்பேர் எல்லாம் சௌக்யம்தானே? வெறுமனே தானே வந்திருக்கே?" என்று மீண்டும் வனஜாவைக் கேட்டான்.

"உங்களை எல்லாம் பார்க்கணும்னு இருந்தது, வந்தேன். இரண்டு மாசமாவது நிம்மதியா இருக்கணும்னு தான் வந்திருக்கேன்," என்று வனஜா சொன்னாள்.

"இரண்டு மாசமா? அத்திம்பேர்?"

"அவருக்கென்ன? வீட்டைப் பெருக்கி மெழுகி வைக்க வேலைக்காரியிருக்கா. அவரே சமைக்சுக்கிறார். இல்லேன்னா கிளப்பிலேருந்து தருவிச்சுக்கிறார். தூளியை ஆட்டணுமே, பீத்துணியை அலசிப் போடணுமே, பால் கரைச்சுக் கொடுக்கணுமேன்னெல்லாம் ஒரு கவலையும் கிடையாதே அவருக்கு."

மணி இன்னும் வேகமாக அங்கிருந்து சென்றான். சரோஜினி சமையலறைக்குப் போனாள். அம்மா இரு சிறு தட்டுகளில் உப்புமா எடுத்து வைத்திருந்தாள்.

"வனஜாவைக் கூப்பிடு" என்றாள். சரோஜினி சுரேஷையும் தூக்கிக்கொண்டு வனஜாவைக் கூப்பிடப் போனாள். வனஜா ஒரு பிரம்புக் கைக் கூடைக்குள் சுரேஷின் ஃபீடிங் பாட்டில் ரப்பரைப் போட்டுக்கொண்டிருந்தாள். சரோஜினி, "அம்மா உன்னையும் கூப்பிடறா" என்று சொன்னாள். "இதோ வந்துட்டேன்" என்று வனஜா சொல்லிவிட்டு "தீபாவளிக்கு நீ என்ன புடவை எடுத்திண்டே?"

சரோஜினி உடனே பதில் சொல்லவில்லை.

"நீங்களெல்லாம் புடவை எடுத்திண்டேளோல்லியோ?" என்று மீண்டும் வனஜா கேட்டாள்.

"இல்லை" என்று இம்முறை சரோஜினி பதில் சொன்னாள்.

"ஏன்?"

"அப்பா, அம்மா இரண்டு பேருமே இந்த வருஷம் யாருக்கும் புதுத்துணி வாங்கலை. தலை தீபாவளின்னு பவானிக்கு மட்டும் புடவையும், அத்திம்பேருக்கு வேட்டியும் வாங்கினா." பவானி வனஜாவுக்கு அடுத்தவள். அப்புவைவிட இரண்டு வயது பெரியவள். அவளுக்குக் கல்யாணம் ஆகுமா ஆகுமாவென்று போன ஆவணியில் தான் நடந்தது. வனஜாவுக்கும் பவானிக்கும் ஒன்றரை வயதுதான் வித்தியாசம். பவானிக்குக் கல்யாணம் ஆவதற்குள் வனஜா மூன்று குழந்தைகள் பெற்றுவிட்டாள்.

"எவ்வளவு விலையில் எடுத்தா?" என்று வனஜா கேட்டாள்.

"நூத்தி நாப்பதோ, நூத்தி நாப்பத்திரண்டோ."

வனஜா கண்களை அகட்டிக்கொண்டு உதட்டையும் பிதுக்கிக்கொண்டாள். அம்மா, "ஏ வனஜா, சரோஜா . . . எங்கேடி போயிட்டேள்?" என்று கத்தினாள். வனஜா உடனே சமையலறைக்குப் போனாள். சரோஜினியும் அவளைப் பின்தொடர்ந்தாள். மணி அதற்குள் உட்கார்ந்து உப்புமா சாப்பிட்டுக் கொண்டிருந்தான். வனஜா, "அம்மா, கொஞ்சம் பால் வைச்சிருக்கயா, எல்லாத்தையும் பால் மோர் குத்திட்டியா?"

"பால் வைச்சிருக்கேன், ஏன்?" என்று அம்மா கேட்டாள்.

"பசங்கள் இரண்டும் எழுந்தா கொஞ்சம் பாலாகவே கொடுத்திடு. காபி, டீ கொடுத்தா ராத்திரி லேசிலே தூங்கறதில்லை."

சரோஜினியும் உப்புமா எடுத்துக்கொண்டாள். இரண்டு வாய் எடுத்துப் போட்டுக்கொண்டவுடன் கரப்பான் பூச்சி ஞாபகம் வந்தது. இருந்தும் வயிற்றைக் குமட்டவில்லை. சுரேஷ் அவளை விட்டுவிட்டு வனஜா விடம் போய் நின்றுகொண்டிருந்தான். அவன் அரை அழுகையாக முனகிக்கொண்டிருந்தான். வனஜா துளி உப்புமாவைக்கூட அவனுக்குக் கொடுக்கவில்லை. மணி கொடுக்கப் பார்த்தான். "ஊஹூம், வேண்டாம். உடம்புக்கு ஒத்துக்கொள்றதில்லை" என்று வனஜா சொல்லிவிட்டாள். எல்லாரும் தின்றான பிறகு கீழே விழுந்திருந்த துகள் களையும், பச்சை மிளகாய்த் துண்டுகளையும் சரோஜினி திரட்டிப் போட்டுக்கொண்டிருந்த நேரத்தில் ரேணுகா சமையலறைக்கு வந்து அவளிடம் ஒரு புஸ்தகத்தைக் கொடுத்தாள். சரோஜினியின் அம்மா "கொஞ்சம் டிபன் சாப்பிடுகிறயாடி?" என்று கேட்டதற்கு "இல்லை மாமி, வாசல்லே அண்ணா ஸ்கூட்டர்லே காத்திண்டிக்கான்" என்று சொல்லிவிட்டு, "நான் வரேன்" என்று சரோஜினியை யும் பார்த்துக் கூறிவிட்டு ஒரே துள்ளாக ஓடிப் போனாள். ரேணுகா போவதை மணி ஹால் ஜன்னல் வழியாகப் பார்த்த வண்ணமே இருந்தான். ரேணுகா போனவுடன், "யார் இந்தப் பொண்ணு?" என்று வனஜா கேட்டாள். சரோஜினி, "என் கிளாசிலேதான் படிக்கிறா" என்று சொன்னாள்.

அம்மா "சுந்தரமய்யரைத் தெரியுமோல்லியோ உனக்கு?" என்று கேட்டாள்.

"எந்த சுந்தரமய்யர்?" என்று வனஜா கேட்டாள்.

"நம்ப இரண்டு குழாய் வீட்டிலே குடியிருந்தப்போ பக்கத்து வீட்டிலே இருந்தாளே. அவர் அசிஸ்டெண்ட் இன்ஜீனியர். அந்த மாமிகூடப் பருமனா காலைச் சாய்ச்சு சாய்ச்சு நடப்பாளே."

"அந்த ரேணுகாவா இவ? எப்படிக் குதிரையா உசந்துட்டா?"

"இல்லைம்மா, அவளுக்குப் பதினெட்டுக்குள்ளே தான் ஆகிறது" என்று சரோஜினி சொன்னாள்.

"இருக்கவே இருக்காது! நிச்சயம் உன்னைவிட மூணு நாலு வயசாவது பெரியவளா இருப்பா."

சரோஜினி ஹாலுக்கு வந்தவுடன் வனஜா கேட்டாள் – "அவள் தலைப்பைக் குட்டையா வைச்சுண்டுதானே கட்டிண்டிருக்கா?"

"ஆமாம்."

"நன்னாவேயில்லை. பின்னாலெல்லாம் காமிச்சுண்டு."

"இப்பல்லாம் எல்லாருமே குட்டையாகத்தான் தலைப்பை வச்சுக்கிறா. இவளைவிட இன்னும்கூடக் குட்டையா வைச்சுக்கிறா."

"அதுக்குப் புடவை எதுக்குக் கட்டிக்கிறது? என்ன பாஷனோ?"

மணி ஒரு முழுக்கைச் சட்டையைப் போட்டுக் கொண்டு கைகளை அரைக் கையாக மடித்துவிட்டுக் கொண்டிருந்தான். "சரோஜா, சங்கர் வந்தா நேரே லக்ஷ்மி டாக்கீஸுக்கு வரச் சொல்லிடு" என்று சொன்னான்.

"சினிமாக்கா போறே?" என்ற வனஜா "டேய்... டேய்... என்னையும் அழைச்சிண்டு போடா" என்று கேட்டாள்.

"ஒண்ணும் முடியாது போ" என்று மணி சொன்னான். வனஜா சொன்னாள்: "ஏதோ நான் இங்கே வந்தாத்தான்

இரண்டு சினிமா பாக்க முடியும். வெளியிலே போக முடியும். கேட்டா எரிஞ்சு விழறியே."

மணி முகத்தைச் சின்னதாகத்தான் வைத்துக் கொண்டிருந்தான். வனஜா ஒதுங்கிப் போய்விட்டாள். அவள் குழந்தைகள் பெரியவை இரண்டும் இன்னும் தூங்கிக்கொண்டிருந்தன. அந்த வயதுக் குழந்தைகள் தூங்கும் நேரம் அல்ல அது. முக்கால் நாள் ரயில் பிரயாணம் மிகவும் கடுமையானதாகத்தான் இருந்திருக்க வேண்டும். வனஜா, "ஏய் சுதா, எழுந்திரு, உம் உம், எழுந்திரு. டேய் பாலு, இன்னும் என்ன தூக்கம்?" என்று அவர்களை எழுப்பப் போனாள். அப்போது மணி சொன்னான்: "நீ குழந்தை குட்டிகளையெல்லாம் இழுத்துண்டு வராம இருந்தா வா" என்றான்.

"வரேன், வரேன்," என்று வனஜா சொன்னாள். சுதா சிறிது அசைந்து கொடுத்தாள். வனஜா, "தூங்கு, தூங்கு," என்று இரு முறை அவளைத் தட்டினாள்.

"சீக்கிரம் வரணும், அவ்வளவு தூரமும் நடக்கணும் நீ வந்தாக்கே," என்று மணி சொன்னான்.

"பக்கத்துத் தெருக்கோடிதானேடா. இதோ வந்துட்டேண்டா ... இதோ வந்துட்டேண்டா," என்று வனஜா ஓடினாள். முகத்தில் சோப்பு நுரை சரியாகக் கழுவப் படாமலே சரோஜினியிடம் வந்து, "ஏழு ஏழரைக்கு சுரேஷுக்கு மட்டும் இரண்டு ஸ்பூன் ஹார்லிக்ஸ் போட்டுக் கரைச்சுக் கொடுத்திடறியா? எல்லாத்தையும் அந்த டில்லிக் கூடையிலே வைச்சிருக்கேன்," என்று சொன்னாள்.

மணி சரோஜினியிடம், "சங்கர் வந்தா நான் எங்கே போயிருக்கேன்னு தெரியாதுன்னு சொல்லு," என்றான்.

"அம்மா, நான் மணியோட சினிமா போயிட்டு வரேம்மா," என்று வனஜா அம்மாவிடம் சொன்னாள்.

அசோகமித்திரன்

"உங்க அப்பா வந்தா, வந்ததும் வராததுமா சினிமா என்னான்னு ரொம்பக் கோச்சுப்பார்," என்று அம்மா சொன்னாள்.

"நான் போயிட்டு வந்துடறேம்மா, இன்னொரு நாளைக்கு முடியுமோ முடியாதோ," என்று வனஜா பெட்டியிலிருந்து ஒரு பட்டுப் புடவை எடுத்துக் கட்டிக்கொள்ளத் தொடங்கினாள். மணி சிடுசிடுவென்று கேட்டருகில் போய் நின்றுகொண்டிருந்தாலும் வனஜா தயாராவதற்கு பத்து நிமிஷங்கள் ஆயின. "சரோஜா, போயிட்டுவரேன். குழந்தைக்குக் கொஞ்சம் ஹார்லிக்ஸ் மட்டும் கரைச்சுக் கொடுத்திடு. ரொம்ப அழுதா இதைக் கொடு" என்று மணி கண்ணில் பட முடியாதபடி ஃபீடிங் பாட்டில் ரப்பரை சரோஜினியிடம் கொடுத்துவிட்டுக் கிளம்பினாள். அப்போது சரோஜினி தன் அக்கா புடவைத் தலைப்பைக் கவனித்தாள். அது குட்டையாக இருந்தது.

2

சுரேஷ் பக்கத்திலில்லாமல் இருப்பதைப் பயன்படுத்திக் கொண்டு எழுதிக்கொண் டிருந்த சரோஜினி நிமிர்ந்து பார்த்து தன் நாற்காலியை இழுத்துப்போட்டுவிட்டு உள்ளே சென்று அப்பாவிடம், “உங்களைப் பார்க்க ஒருத்தர் வந்திருக்கார்,” என்றாள்.

“வந்தா உக்காரச் சொல்லேன்,” என்றார் அப்பா.

“சொல்லியிருக்கேன்.”

அப்பா க்ஷவரத்தின் பிற்பகுதியை அவசரம் அவசரமாக முடித்தார். சோப்பு நுரை உலர்ந்துகொண்டிருந்த பிரஷ்ஷை பிளாஸ்டிக் கிண்ணத்திலிருந்து நனைத்துக்கொள்வதற்குப் பதிலாகச் செம்பு நிறைய வைத்திருந்த வெந்நீரில் நனைத்து மூக்குக்குக் கீழேயும் முகவாய்க் கட்டையிலும் இன்னொரு முறை சோப்பு தடவிக்கொண்டார். வனஜா அப்போதுதான் குளிக்கப் போயிருந்தபடியால் க்ஷவரம் முடிந்தவுடனே முகத்தையாவது வெளியே கழுவிக் கொண்டு விடலாமென்று வெந்நீர் எடுத்து வைத்துக்கொண்டது வீணாகப் போய்விட்டது அவருக்குத் தெரிந்தது.

“சரோஜா, இதைக் கொட்டிவிட்டு வேறே கிணத்துத் தண்ணிதான் கொண்டா,” என்று சொன்னார். சரோஜினி சோப்புக் கலந்த வெந்நீரைக் கொட்டிவிட்டு வெறும் தண்ணீர் கொண்டு வருவதற்குள் அப்பா க்ஷவரத்தை முடித்திருந்தார். கை தவறி பிளாஸ்டிக் கிண்ணத்தை கவித்தார். சற்று முன்புதான் மிகுந்த உடல் உபாதைக்கு உட்பட்டு முகத்திலிருந்து அவர் விலக்கியிருந்த ரோமத் துகள்கள் தரையில் பரவி சாம்பல் நிறம்கொண்ட தண்ணீரில் மிதந்துகொண்டிருந்தன.

சரோஜினி வெந்நீர் அறைக்கு மீண்டும் சென்று பார்த்தாள். வனஜா அவளுடைய இரண்டாவது குழந்தை பாலுவைக் குளிப்பாட்டிக் கொண்டிருந்தாள். அவள் மிரட்டி வைத்துக்கொண்டிருப்பது, பாலு அழுவது, இதில் எது தூக்கலாகக் கேட்டது என்று சொல்ல முடியவில்லை. சரோஜினி, “இவனைக் குளிப்பாட்டினவுடன் நான் குளிச்சிட்டு வந்திடறேன். இப்பவே மணி எட்டே காலாயிடுத்து” என்றாள்.

வனஜா, “நானும் ஒரு நிமிஷத்திலே ஓடி வந்திடறேன், அப்புறம் நீ போகலாம். பாரு, துணியெல்லாம் கூட நனைச்சு வைச்சுட்டேன்” என்றாள்.

சரோஜினி முணுமுணுத்துக் கொண்டே வீட்டிற் குள்ளே வந்தாள். அவள் பிராக்டிகல் ரிகார்டையும் முழுக்க எழுதி வைக்க முடியாமல் வராந்தாவில் அப்பாவும் புதிதாக வந்திருந்தவரும் பேசிக்கொண்டிருந்தார்கள். சமையலறை யும், இன்னொரு சின்ன ஸ்டோர் அறையும் தவிர அந்த வீட்டில் கூரையுள்ள இடம் ஹால் ஒன்றுதான். ஹாலில் நான்கு மூலைகளிலும் இரு பீரோக்கள், தாறுமாறாக மலை போல் அடுக்கி வைக்கப்பட்ட படுக்கைகள், பெரியண்ணா மணியின் மேஜை இவையெல்லாம் மிஞ்சி சரோஜினிக்கு இடம் கிடைக்கவில்லை. அப்பா கொட்டி விட்டுப் போன சொம்புத் தண்ணீரை சுரேஷ் அவனால்

முடிந்த வரை தரையில் மெழுகி அவன் தலையிலும் பூசிக்கொண்டிருந்தான். 'கிடக்கட்டும் அப்படியே' என்று முதலில் சொல்லிக்கொண்ட சரோஜினி அவனைத் தூக்கி வேறிடத்தில் உட்கார வைத்து, ஒரு துணி கொண்டு வந்து, ஈரமாக இருந்த இடத்தைத் துடைத்தாள். அப்போது அப்பா உள்ளே வந்து, "சரோஜா, சட்டுனு உன் பெரியண்ணா ஜாதகத்தை ஒரு காபி எடுத்துக் கொடு," என்றார். சரோஜா வராந்தாவுக்குச் சென்று தன் மேஜை மீதிருந்த பேனாவை எடுத்து வந்தாள். மணியுடைய ஜாதகத்தை மிகவும் விரிவாகக் கணித்திருந்தார்கள். அதே ஜாதக நோட்டுப் புத்தகத்தில் சரோஜினியுடைய ஜாதகமும் இருந்தது. எல்லோருடைய ஜாதகமும் இருந்தது. ஆனால் மணியுடையதை எழுத அரை மணியாவது ஆகும். முதல் பிள்ளை என்று அப்பா, அம்மா, ஜோசியர் எல்லாருமே அவன் பிறந்த வேளை, கிரக நிலைகள் பற்றி மிகவும் அக்கறை கொண்டிருந்திருக்க வேண்டும்.

அம்மா சமையலறையிலிருந்து வந்து, "யாரது?" என்று அப்பாவைக் கேட்டாள். அப்பா பல்லைக் கடித்துக் கொண்டே, "வந்து சொல்லறேன்" என்று சொல்லிவிட்டு வந்தவரிடம் பேச மறுபடியும் வராந்தாவுக்குப் போய் விட்டார். அப்போதுதான் எங்கேயெல்லாமோ சைக்களில் சுற்றிவிட்டு வியர்த்து விருவிருக்க மணி திரும்பி வந்தான். சரோஜினி 'ஐயோ' என்று சொல்லிக்கொண்டாள். அவன் வந்தால் நேரே வெந்நீர் அறைக்குப் போய் ஆக்ரமித்துக் கொண்டு விடுவான். அப்புறம் வந்து சாப்பிட்டுவிட்டு ஆபீஸுக்குப் பறந்து போய்விடுவான். அவனுடைய அவசரத்தில் வேறு யார் அவசரமும் அவசியமும் அவனுக்கு மனதில் படாது.

அப்பா, "மணி, இங்கே வா," என்று அவனை அழைத்துக்கொண்டார். அப்பாவும் பிள்ளையுமாக இருக்கும்போது எந்தச் சமயத்திலும் அவனை அப்படிக் கூப்பிடும்படியான சுமூக நிலை இருவரிடையே நிலவாது.

மூன்றாம் மனிதர் இருக்கும்போது மட்டும் அப்பா சிறிது சலுகையை உபயோகப்படுத்திக் கொள்வார்.

மணி அரைச் சந்தேகத்துடன் அவரை அணுக, "இவன் தான்," என்று சொல்லிவிட்டு, "சரி, நீ போய் உன் காரியத்தைப் பார்" என்றார். மணி ஒன்றும் புரியாதவனாக ஒரு நிமிஷம் தயங்கி விழித்துவிட்டு உள்ளே வந்தான். சரோஜினி அப்போது தான் அவனுடைய ஜாதகத்தை எழுதி முடித்துக் காகிதத்தின் நான்கு மூலையிலும் குங்குமம் பூச எழுந்தாள். "என்னடி எழுதிண்டிருக்கே?" என்று மணி கேட்டான். அவளுக்குத் தெரியும் விஷயம் அவனைப் பற்றியதுதான் என்று. "எல்லாம் உன் ஜாதகம்தான்," என்று சரோஜினி பதில் சொன்னாள்.

"கொண்டு வா இங்கே, கிழிச்சிப் போடறேன் அதை", என்று மணி வந்தான். சரோஜினி பயந்த மாதிரி அம்மா விடம் போக, அம்மா, "என்னடா வந்ததும் வராததுமா?" என்று கேட்டாள்.

"அம்மா, அம்மா! பாரும்மா, நான் எழுதின ஜாதகத்தைக் கிழிக்க வரான்," என்று சரோஜினி சொன்னாள்.

"உனக்கு ஏண்டா இப்படிப் புத்தி போறது?" என்று அம்மா கேட்டாள்.

"இந்த அப்பா என்னை நடத்தற அழகுக்கு யாருக்கும் என் ஜாதகம் தரவேண்டாம்," என்று மணி சொன்னான்.

இதற்குள் அப்பா, வந்திருந்தவர் கொண்டு வந்த ஜாதகத்தை கையில் வைத்துக்கொண்டு சரோஜினியிடம், "என்ன, ஆச்சா?" என்று கேட்டார்.

"இதோப்பா" என்று சரோஜினி தன் கையிலிருந்த ஜாதகத்தைக் கொடுத்தாள். அப்போது வனஜா வெந்நீர் அறையின் கதவைச் சிறிது மட்டும் திறந்து தன் தலையை

வெளியே நீட்டிக்கொண்டு, "டீ சரோஜா! அந்த ஹால் வாசக் கதவை மூடு!" என்றாள்.

சரோஜினி கதவை மூடி வரப்போக, மணி வனஜாவைக் கேட்டான். "இங்கே வந்துதான் இரண்டு மாசமாறதே, குளிக்கப் போறப்பவே இந்தக் கதவெல்லாத்தையும் மூடிண்டு போறது தானே?"

இதற்கு யாருமே பதில் சொல்லவில்லை. வனஜா சிடுசிடுவென்ற முகத்துடன் ஸ்டோர் அறைக்குப் போய் புடவை கட்டிக்கொள்ளத் தொடங்கினாள். சரோஜினி எதிர்பார்த்த மாதிரி மணி குளிக்கப் போகவில்லை. சரோஜினி தன் புடவை, பாவாடை துணிமணிகளை எடுத்துக்கொண்டு குளிக்கப் போனாள். அவள் கதவைச் சாத்தினவுடன், "சித்தி! சித்தி!" என்றொரு குழந்தைக் குரல் கேட்டது.

"பாலு, போ அந்தண்டை. நான் குளிச்சிட்டு வந்துடறேன்."

"நான் ஆய் போயிருக்கேன் சித்தி."

சரோஜினி ஒன்றுமே சொல்லாமல் கதவைத் திறந்து பாலுவைக் கவனித்தாள். அவள் குளிப்பதற்கு ஐந்து நிமிஷங்கள் தான் ஆகின. அதற்குள் வேறு எதுவும் நிகழவில்லை. கிணற்றங் கரையில் ஒரு தொட்டி கட்டப்பட்டு இருந்தது. அங்கே ஒரு சொம்பையும் போட்டு வைத்தால், வெந்நீர் அறையில் குளிக்கிறவர்கள் அதிக நிர்ப்பந்தமில்லாமல் குளிக்கலாம். மற்றவர்கள் கிணற்றில் தண்ணீர் இழுத்து உபயோகப்படுத்திக் கொள்வார்கள். ஆனால் அம்மாவால் இழுக்க முடியாது. அவளுக்கு மார்பு வலி வந்துவிடும். நேற்றுக்கூட வலி என்று சொல்லிக்கொண்டிருந்தாள். வனஜா இழுக்க மாட்டாள். சுரேஷ் பிறந்த நான்காம் நாள் வயிற்றைக் கீறிக்கொண்டு அரசாங்கத்திடம் அவள் முப்பது ரூபாய்

பெற்றுக்கொண்டவள். பிரச்சாரம் செய்கிறவர்கள் என்னதான் சொன்னாலும் ஆபரேஷனுக்குப் பிறகு அவள் உடம்பு பழைய உடம்பாகவே இல்லை. முனியம்மா எட்டு மணிக்கெல்லாம் வேலையை முடித்துவிட்டுப் போய்விடுவாள்.

சரோஜினி புடவையையும் வெந்நீர் அறையிலேயே கட்டிக்கொண்டு வெளியே வந்தாள். அப்பா கிணற்றங் கரைப் பக்கம் வந்திருந்தார். இன்னும் முக்கால் மணி நேரத்திற்குள் அவர், மணி, அப்பு மூவரும் குளித்து, சாப்பிட்டு, அவரவர்கள் ஆபீஸுக்குக் கிளம்பியாக வேண்டும். சுதாவை அழைத்துக்கொண்டு வெளியே போன அப்பு இன்னமும் திரும்பக் காணோம்.

சரோஜினி முன் தலையை மீண்டும் ஒரு முறை வாரிச் சரி செய்துகொண்டு நெற்றிக்குப் பொட்டு இட்டுக் கொண்டாள். புத்தகங்களை எடுத்து அடுக்கி வைத்துவிட்டு அம்மாவிடம் போனாள். அம்மா இரு அடுப்புகளை வைத்துக்கொண்டு சமைத்துக்கொண்டிருந்தாள். சாதம் ஒன்றுதான் வடித்து இறக்கி வைத்திருந்தது. ஒரு அடுப்பில் கல்சட்டியில் குழம்பு தயாராகிக் கொண்டிருந்தது. இன்னொரு அடுப்பில் அம்மா இரும்புச் சட்டியைப் போட்டு அதில் வேக வைத்த உருளைக் கிழங்கை ஒவ்வொன்றாக உரித்துப் போட்டுக்கொண்டிருந்தாள். சரோஜினி சாப்பிடுவதற்குத் தன் தட்டு மட்டும் எடுத்துக் கொண்டு அவளும் உருளைக் கிழங்கை விருவிரு என்று உரிக்கத் தொடங்கினாள். கறி தயாராவதைப் பார்த்தபடியே பாலு நின்றுகொண்டிருந்தான். "சுதாவையும் இவனையும் இங்கேயே ஏதாவது ஸ்கூலிலே சேர்க்கப் போறாளா?" என்று அம்மா சரோஜினியைக் கேட்டாள்.

"எனக்குத் தெரியாதே" என்று சரோஜினி பதில் சொன்னாள்.

"நேத்திக்கு உங்கண்ணாவை ஏதோ விசாரிச்சுண்டு வரச் சொல்லலே?" என்று அம்மா மீண்டும் கேட்டாள்.

"எனக்குத் தெரியாது," என்று சரோஜினி சொன்னாள். உரித்துப் போடப்பட்ட உருளைக் கிழங்குகளை இரும்புச் சட்டியிலேயே அம்மா ஒரு சட்டுவத்தினால் சீரான துண்டங்களாகச் செய்துகொண்டிருந்தாள். அவள் முகம் கறுத்து பக்கவாட்டில் மிகவும் இறங்கித் தொய்ந்துபோன மாதிரி சரோஜினிக்குத் தோன்றியது. "எனக்கு ஆனதைப் போடும்மா. அப்புறம் பஸ் போயிடும்." என்றாள்.

"உக்காரேன்," என்று அம்மா சொன்னாள். "நீயும் இப்போ சாப்பிடறியா?" என்று பாலுவைக் கேட்டாள். அவன் 'சரி'யென்று தலையை ஆட்டினான்.

இன்னும் முழுக் கொதி கிளம்பாத குழம்பிலிருந்து இரண்டு கரண்டி எடுத்துச் சிறிது மசித்த பருப்புடன் கலந்து அம்மா சரோஜினிக்குப் பரிமாறினாள். நன்றாகக் கொதித்து இறக்கிய குழம்பைவிட இந்தத் தற்காலிகக் கலவை மிகவும் நன்றாக இருந்தது. வனஜா கிணற்றங் கரைக்குப் போய்த் தன் குழந்தைகள் துணிமணிகளைத் தோய்த்து அலசிக்கொண்டிருந்தாள். சரோஜினி தன் சாப்பாடு முடித்துவிட்டு எழுந்தாள். அவள் மேஜை மீது சுரேஷ் உட்கார்ந்துகொண்டு புத்தங்களைக் கிழித்துக் கொண்டிருந்தான்.

"ஏண்ணா, இவனைப் பார்த்துக் கொஞ்சம் இறக்கி விட்டிருக்கக்கூடாது?" என்று சரோஜினி மணியைப் பார்த்து அழும் குரலில் கேட்டாள். "என்ன? என்ன?" என்று அவன் ரேஸரும் கையுமாகத் திரும்பிக் கேட்டான். சரோஜினி சுரேஷைத் தூக்கி அப்படியே கிணற்றங்கரைக்குக் கொண்டு போனாள். வனஜா கேட்டாள், "ஏன் குழந்தையை அலம்பி விடணுமா?"

"இப்பல்லாம் அதுதான் எனக்கு ஒரே வேலையாய் போயிடுத்து. என் புஸ்தகத்தை எல்லாம் கிழிச்சுப் பாழடிச்சுட்டானே?"

"குழந்தைதானே" என்று வனஜா கேட்டாள்.

மணல்

“குழந்தைன்னா நீ கிட்டக்கவே இருந்து பாத்துக்கறது தானே?”

“நீ யாருடீ எனக்குச் சொல்றதுக்கு?”

அம்மா “மறுபடியும் என்ன?” என்று ஓடி வந்தாள். சரோஜினி “பாரும்மா, என் ரிக்கார்ட் நோட்சை எல்லாம் சுரேஷ் கிழிச்சுக் கிழிச்சுப் போட்டிருக்கான்” என்றாள்.

“இவ யாரு இந்த வீட்டிலே நாட்டாண்மை பண்ணறதுக்கு?” என்று வனஜா கேட்டாள். “இவ யாருன்னு கேட்டேன்.”

“அவ என்ன சொல்லிட்டா உன்ன?” என்று அம்மா வனஜாவைக் கேட்டாள்.

“நான் ஒண்ணுமே சொல்லலேம்மா. இந்த பிராக்டிகல் ரிகார்டெல்லாம் பரீட்சை முடியற வரைக்கும் அப்படியே இருக்கணும்மா” என்று சரோஜினி சொன்னாள்.

க்ஷவரம் முடித்து பிளேட், ரேஸர், பிரஷ்ஷைக் கழுவ மணி கொல்லைப்புறம் வந்தான். அவன் முறைக்கு, “நானும் தான் கேக்கறேன், உன் குழந்தைகளைக் கொஞ்சம் நீயே பார்த்துக்கிறதுதானே?” என்று வனஜாவைக் கேட்டான்.

“ஒரு ஸ்கூல் பார்த்துச் சேர்த்து விடறதுக்குத் துப்பு இல்லை, பேச வந்துட்டானாம்.”

“வனஜா, வாயை மூடு” என்று அம்மா சொன்னாள்.

“நீ உன் ஆத்துக்காரர் கிட்டே சண்டை போட்டுண்டு வந்தா இங்கே பள்ளிக்கூடங்களல்லாம் மூடப்போற சமயத்திலே உன் குழந்தைகளை யார் சேத்துப்பா?” என்று மணி கேட்டான்.

அப்பா வெந்நீர் அறையிலிருந்து, “என்ன ரகளை?” என்று கேட்டார். ரகளை அதுவாகக் கரைந்தது.

அம்மா, "என்ன, இன்னும் அப்புவையும் சுதாவையும் காணோம்?" என்று கேட்டுக்கொண்டாள்.

சரோஜினி புத்தகங்களைச் சேர்த்து எடுத்து வைத்துக் கொண்டாள். இவ்வளவு பெரிய சண்டை நிகழ்ந்ததற்கு சுரேஷ் அதிகமாக ஒன்றும் புத்தகங்களையும் நோட்டுப் புத்தகங்களையும் பாழடித்துவிடவில்லை. சரோஜினிக்கு அது முதல் பார்வையில் தெரியவில்லை.

சரோஜினி வேகமாகப் போனாலும் முடிந்த அளவு நடை மாதிரியும் தெரியுமாறு பஸ் ஸ்டாண்டிற்குச் சென்றாள். அங்கே முப்பது பெண்களும் நாற்பது பையன்களும் காத்துக்கொண்டிருந்தார்கள். ரேணுகாவும் நின்றுகொண்டிருந்தாள். "உங்கண்ணா, இன்னிக்குக் கொண்டு விடலையா?" என்று சரோஜினி அவளைக் கேட்டாள்.

"ஸ்கூட்டர் ரிப்பேர்" என்று ரேணுகா சொன்னாள். "அடுத்த வாரம் சபா புரோகிராமுக்கு வருவியா?" என்றும் கேட்டாள்.

"எங்கே முடியும்? நான் இன்னும் ஒரு சப்ஜெக்டையும் முழுக்கப் படிக்கலை" என்று சரோஜினி சொன்னாள். பிறகு "யார் புரோகிராம்?" என்று கேட்டாள்.

"கமலா டான்ஸ்."

"ஒரு வேளை எங்கம்மா போவா. அவதான் ரொம்ப நாளா கமலா டான்ஸ் போகணும்னு சொல்லிண்டிருந்தா."

சரோஜினி, பஸ் வந்து ஏறிக்கொண்டாள். நிற்பதற்குத் தான் இடம் கிடைத்தது. பஸ் கிளம்பும்போது அங்கு வந்த பஸ்களில் ஒன்றிலிருந்து அப்புவும் சுதாவும் இறங்குவதைப் பார்த்துவிட முடிந்தது.

3

"உங்காத்துக்குத்தான் போயிண்டிருக்கேன்" என்று அந்த மாமி சொன்னாள். பஸ்ஸிலிருந்து இறங்கி நடந்தது இருபதடி கூட இருக்காது. அந்த மாமிக்கு இரைக்கத் தொடங்கி இருந்தது. "பையைக் கொடுங்கோ, நான் எடுத்திண்டு வரேன்" என்று சரோஜினி சொன்னாள்.

"வேண்டாம்" என்று அந்த மாமி சொன்னாள். ஆனால் சொன்னதில் அதிக வலுவில்லாமல் இருந்தது. சரோஜினி பையின் பிடியைப் பிடித்தபோது அந்த மாமியாகவே கொடுத்துவிட்டாள்.

"அப்புறம் நீங்கள்ளாம் ஒண்ணும் சொல்லியனுப்பவே இல்லையே" என்று அந்த மாமி கேட்டாள்.

சரோஜினி பதில் சொல்லாமல் நடந்து வந்தாள்.

"மாமாவுக்கு இரண்டு நாளா உடம்பு சரியில்லே. அதான் நானே வந்து கேட்டுண்டு போயிடலாமுன்னு வந்தேன்" என்று

அந்த மாமி சொன்னாள். பிறகு "உங்காத்திலே என்ன பேசிண்டா?" என்று கேட்டாள்.

கேட்டது சரியாகக் காதில் விழாத மாதிரி சரோஜினி "என்ன?" என்று கேட்டாள்.

"உங்காத்திலே பிடிச்சிருக்கோல்லியோ?" என்று அந்த மாமி மாற்றிக் கேட்டாள்.

"பெரியவதானே சொல்லணும் மாமி" என்று சரோஜினி சொன்னாள். அப்போது வீடு வந்துவிட்டது. சரோஜினி கேட்டைத் திறந்துகொண்டு முன் வாசல் கதவைத் தட்டினாள். அந்த மாமி அவள் பையைத் திரும்ப வாங்கிக்கொண்டாள். வனஜா உள்ளிருந்து வந்து கதவைத் திறந்தாள். அந்த மாமியைப் பார்த்துச் சிறிது ஆச்சரியம் தெரிய, "வாங்கோ" என்றாள். மாமியை ஹாலுக்கு அழைத்துப்போய் ஒரு பாயும் விரித்தாள். பிறகு "அம்மா!" என்று கூப்பிட்டுக்கொண்டு சமையலறைப் பக்கம் போனாள்.

சரோஜினி கல்லூரிப் புத்தகங்களைத் தன் மேஜை மீது வைத்தாள். மேஜைக்கு அடியில் சுதா உட்கார்ந்திருந்தாள். "ஏன் இங்கே உட்கார்ந்திண்டிருக்கே?" என்று சரோஜினி கேட்டாள்.

"மாமா வராளோன்னு பாத்திண்டிருக்கேன்" என்று சுதா சொன்னாள்.

"மேஜைக்கடியிலே உக்காந்திண்டிருந்தா மாமா வரது தெரியுமா? வா வெளியிலே" என்று அவள் கையைப் பிடித்து சரோஜினி இழுத்தாள்.

"நானே வந்துடறேன் சித்தி" என்று சுதா அவளாகவே வந்தாள். சரோஜினி ஹாலில் உட்கார்ந்திருந்த அந்த மாமியைக் கடந்து சமையலறைப் பக்கம் போனாள். முகத்தில் களைப்புத் தெரிய அப்போது தான் அம்மா அடுப்பங்கரையை விட்டுக் கிளம்பியிருந்தாள். வனஜா

சரோஜினியைக் கேட்டாள்—"நீதான் இவளை அழைச்சிண்டு வரயா?"

"நான் பார்க்கவேயில்லை. அந்த மாமியாத்தான் என்னோடு பேசினா. என் பஸ்ஸிலேதான் வந்தா போல இருக்கு."

அம்மாவும் வனஜாவும் ஹாலுக்குப் போனார்கள். சரோஜினி அடுப்பங்கரைப் பாத்திரங்களைச் சப்த மெழுப்பாமல் திறந்து பார்த்துவிட்டுக் கிணற்றடிக்குப் போனாள். தேய்க்கிற கல் மீது உட்கார்ந்திருந்த பாலு, "சித் – த்தீ" என்று எழுந்து வந்தான்.

"என் புடவை மேலே விழாதேன்னு எத்தனை தடவை சொல்றது?" என்று சரோஜினி சொன்னாள். நல்ல சமயத்தில் அவன் இரண்டு கைகளையும் பிடித்துக்கொண்டாள். "என்னடா இது?" என்று கேட்டாள்.

"பாட்டி கடலே உருண்டைக் கொடுத்தாளே!" என்று பாலு சொன்னான்.

"அதை இப்படியா சப்பித் தின்னு மூஞ்சி கையெல் லாம் ஓரே பிசுக்காகப் பண்ணிக்கிறது?" என்று சரோஜினி கேட்டாள். அரை வாளித் தண்ணீர் அவனைக் கழுவு வதற்கே வேண்டியிருந்தது.

ஆறிக் குளிர்ந்து போயிருந்த டீயைச் சொம்பிலிருந்து ஒரு டம்ளர் எடுத்துக் குடித்துவிட்டு சரோஜினியும் ஹாலுக்குப் போனாள். ஒரு பார்வைக்கு அம்மா, அந்த மாமி இருவரும் ஓரே மாதிரி இருந்தார்கள்.

"நாங்க பத்து பவுனுக்கு மட்டுந்தானே நகை போடறோம்னு மனசிலே வைச்சுக்காதேங்கோ. அடுத்த வருஷமே வளைகாப்பு, வருஷச் சீருன்னு வரப்போறது. எப்படியும் இன்னும் அஞ்சு பவுனுக்குக் குறையாமே நகை போடறோம். பொண்ணு வேலைக்குப் போறவ. கல்யாணத்துக்கு அப்புறமும் நீங்க வேலைக்குப் போகலா

மேன்னு அபிப்பிராயப்பட்டாக்கூட அது உங்களைச் சேர்ந்தது..."

"இப்ப என்ன சம்பளம் அவளுக்கு?" என்று வனஜா கேட்டாள்.

அந்த மாமி ஒரு வினாடி பேசாமல் இருந்தாள். "எல்லாமாச் சேந்து நூத்தித் தொண்ணூறு வரது," என்று அந்த மாமி சிறிது மாறுபட்ட குரலில் சொன்னாள். அம்மா கேட்டுக்கொண்டபடிதான் இருந்தாள். அந்த மாமி மேற்கொண்டு சொன்னாள் – "அப்படியே எங்க கையிலே கொண்டு வந்து கொடுத்திட்டு அதிலேந்துதான் அப்புறம் அவள் செலவுக்கு வாங்கிப்பாள்."

ஸ்டோர் அறையிலிருந்து சிறு முனகல் கேட்டது. வனஜா உடனே திரும்பிப் பார்த்தாள். முனகல் அழுகையாகி, சுரேஷ் ஃபீடிங் பாட்டில் ரப்பரைக் கையில் வைத்துக் கொண்டு ஹாலுக்குத் தவழ்ந்து வந்தான். அவன் கண்களில் தூக்கக் கலக்கம் இன்னும் முழுதும் போகவில்லை. அம்மா, "வனஜா, போ. குழந்தையைப் பாரு," என்றாள். வனஜா எழுந்து சென்று குழந்தையைத் தூக்கிக் கொண்டாள்.

"இதுவும் உங்க பொண்ணோட குழந்தைதானே?" என்று மாமி கேட்டாள். "பொண் பார்க்க வந்த அன்னிக்கு இவனை அழைச்சிண்டு வரலைபோலேயிருக்கே?" என்றும் கேட்டாள்.

"இவனை விட்டுட்டுத்தான் வந்திருந்தா. எவ்வளவு பேருதான்னு நாங்க வந்து உங்களைச் சிரமப்படுத்தறது?"

"அதுக்கென்ன, அம்மாவை விட்டு இருக்கிற வயசில்லை பாருங்கோ."

"சித்த நாழி இவ பாத்திண்டிருந்தா" என்று சரோஜினியைக் காட்டினாள்.

அசோகமித்திரன்

அப்போது வாசல் கேட் சப்தம் பெரிதாகக் கேட்டது. "அண்ணா வந்துட்டான்," என்று சரோஜினி அம்மாவிடம் தழைந்த குரலில் சொன்னாள்.

அந்த மாமி, "யாரு?" என்று கேட்டாள்.

மணி சைக்கிளை வராந்தாவில் தடதடவென்று வைத்துவிட்டு பூட்ஸைக் கழற்றி மூலையில் விட்டெறிந்தான். அந்த இடத்திலிருந்து ஹாலில் உட்கார்ந்திருந்தவர்கள் எல்லாரையும் பார்த்துவிட முடியாது.

பாண்ட் இடுப்பிலிருந்து ஷர்ட்டை வெளியே உருவிவிட்டுக் கொண்ட வண்ணம் ஹாலுக்கு வந்தவன் புதிதாக ஒரு நபரைக் கண்டவுடன் முகம் வெளுத்து நேரே ஹாலைக் கடந்து பின்பக்கம் போனான். வந்தது யார் என்று தெரிந்தவுடன் அந்த மாமி கண்ணிமைப் போதில் எழுந்து நின்றுகொண்டாள். அம்மா, "சரோஜா, நீ போய் உங்கண்ணாவுக்கு வேண்டியதைப் பாரு" என்றாள். சரோஜினி உள்ளே போனாள்.

மணி பல்லைக் கடித்துக்கொண்டு, "யாரோ வந்திருக்கான்னு எனக்கு முன்னாலியே சொல்றதுதானே?" என்று சரோஜினியைக் கேட்டான்.

"நீ வந்தாக்க நாங்க என்ன ஓடி வந்தா உனக்குச் சொல்ல முடியும்?" என்று சரோஜினி பதிலுக்குச் சொன்னாள்.

மணி கோபம் தணியாமல், "போய் கோட்ஸ்டாண்டிலேந்து வேஷ்டியை எடுத்திண்டு வா" என்றான்.

"நீயே யோசிச்சுப் பாரு, நான் இப்ப போய் உன் வேஷ்டியை எடுத்திண்டு வந்தா வந்திருக்கிறவா யாரானாலும் உன்னைப் பத்தி என்ன நினைச்சுப்பா?"

"நானே எடுத்துண்டு வந்துக்கிறேன், எனக்கென்ன வெட்கம்?" என்று சொல்லி மணி ஹாலுக்குப் போனான்.

அப்போதுதான் உட்கார ஆரம்பித்திருந்த அந்த மாமி மீண்டும் சடாரென்று எழுந்து நின்றுகொண்டாள். மணி கோட் ஸ்டாண்டிலிருந்து அவனுடைய வேஷ்டியை எடுக்கும்போது அங்கே மாட்டப்பட்டிருந்த பிற ஷர்ட் பனியன் முதலியன கீழே விழுந்தன. அவைகளை எடுத்து வைக்காமல் அவன் அப்படியே மீண்டும் சமையலறைக்கு வந்தான். சரோஜினி அவனுடைய டீயைச் சுட வைத்துக் கொடுத்தாள். அவன், "டிபன் ஒண்ணும் பண்ணலே?" என்று கேட்டான்.

"ஏதோ பட்சணம்தான் பண்ணியிருக்கா போலயிருக்கு. எனக்கே தெரியாது," என்று சரோஜினி சொன்னாள். ஹாலில் அந்த மாமி அம்மாவிடம் சொல்வது லேசாகக் கேட்டுக்கொண்டிருந்தது. "நீங்க சீக்கிரமே பதில் சொன்னா எங்களுக்கு ஏற்பாடெல்லாம் பண்ணச் சௌகரியமா இருக்கும். பிள்ளை ஷில்லாங்கிலே இருக்கான். அவன் லீவுக்கெல்லாம் கொஞ்சம் முன்னாலேயே எழுதிப் போட்டாத்தான் சமயத்துக்குக் கிடைக்கும். அவன் வந்துதான் எல்லா ஏற்பாடும் பண்ணணும். எங்காத்து மாமாவுக்கு உடம்பு ரொம்பத் தள்ளாமையா போயிடுத்து."

மணி டீயை சப்தமே எழுப்பாமல் குடித்துக் கொண்டிருந்தான். அப்போது சுதா, "மாமா" என்று அவனிடம் வந்தாள். மணி, "வெறுமனே கூச்சல் போடாதே" என்றான். சரோஜினி உதட்டைப் பிதுக்கினாள். சுதா பயந்து போய், அழுவதற்குத் தயாரானாள். மணி மீண்டும் இன்னும் கடுமையான முகத்துடன் "உஷ்" என்றான். சுதாவின் ரோசம் பறந்து போய், அவள் அழாமல் நின்றாள். அம்மா அந்த மாமியிடம் சொல்லிக்கொண்டிருந்தாள், "நான் கேட்டுச் சொல்லறேன். ஜாதகங்களை ஊருக்கு அனுப்பிச்சிருக்கார் . . ."

"இங்கே பார்த்ததிலே சரின்னு சொன்னேளே? அதுக்கப்புறம்தானே பெண் பார்க்கக் கூப்பிட்டது?"

"அப்பா எதுக்கும் ஊருக்கு அனுப்பிச்சுத்தான் கேட்டார். எங்க சின்னத் தாத்தா ... அங்கு அவர் பாத்துச் சொன்னாத்தான் அப்பாவுக்குத் திருப்தி" என்று வனஜா அந்த மாமியிடம் சொன்னாள்.

மணி, "ஆமாம், இவ கண்டா" என்று முணுமுணுத்துக் கொண்டான். அப்படியே நின்று கேட்டுக்கொண்டிருந்தவன் மீண்டும் டீயைக் குடிக்க ஆரம்பித்தான். அதற்கப்புறம் அதிகம் பேச்சுக் குரல் கேட்கவில்லை. அவன் கொடுத்த காலி தம்ளரை வாங்கிக் கழுவி வைத்துவிட்டு சரோஜினி ஹாலுக்கு வந்தபோது அந்த மாமி கிளம்பிப் போயிருந்தாள்.

மணி அவன் மேஜைக்குப் போய் தடாலென்று எது எதையோ எடுத்து வைத்துக்கொண்டிருந்தான். "ஏண்டா" என்று அம்மா கேட்டாள். அவன் பதில் ஒன்றும் சொல்லாமல் பழைய தினசரிப் பத்திரிகைகள் நான்கைந்தைச் சேர்த்துக் கீழே எறிந்தான். அம்மா "என்னடி?" என்று சரோஜினியைக் கேட்டாள்.

"இன்னிக்கு டிபன் பண்ணலியா அம்மா?" என்று சரோஜினி கேட்டாள்.

"எனக்கு உடம்பே தள்ளலே, கடலை உருண்டை பிடிச்சு வைச்சிருக்கேன். இரண்டு எடுத்துக்கிறியா?" என்று அம்மா மணியைக் கேட்டாள்.

"ஒண்ணும் வேண்டாம்" என்று அவன் சொன்னான்.

"நாளைக்கு இட்லிக்கு அரைச்சு வைச்சிருக்கேன். பாவம், கைக் குழந்தைக்காரி வனஜாதான் அரைச்சு வைச்சா. எனக்கு இன்னிக்கு உடம்பு தள்ளலேப்பா" என்று அம்மா சொன்னாள்.

வனஜா சொன்னாள், "அம்மா, நீ டான்சுக்குப் போகணும்னா சீக்கிரம் கிளம்பணும். நாழியாறது."

"டான்ஸ்னா உடம்பு தள்ளும். டிபன் பண்ண மட்டும் உடம்பு தள்ளாது" என்று மணி சொன்னான்.

மணல்

"நான் போகலை நீ வேணும்னா போயிட்டு வா" என்று அம்மா சொன்னாள்.

"நீயே போயிட்டு வாம்மா. அவன் போனா அரை மணிகூட உட்காந்து பாத்துவிட்டு வரமாட்டான். அவாளை ஏன் இப்படி அலைக்கழிக்கறேள்? முன்னாலே ஜாதகம் சரியாயிருக்குன்னு சொல்லிட்டு இப்ப எதுக்கு மறுபடியும் தாத்தா பார்க்கணும், மாமா பார்க்கணும்னு சொல்லணும்?"

"உங்க அப்பாதான் சொன்னார். வேணும்னா ராத்திரி அவர் வந்தப்புறம் கேட்டுக்கோ."

"அப்படின்னா ஏன் பத்து பேரா அவர் வீட்டுக்குப் போய் இரண்டு மணி நேரம் இல்லாத கேள்வியெல்லாம் கேட்டு பஜ்ஜி சொஜ்ஜியெல்லாம் தின்னுட்டு வரணும்?"

ஒரு நிமிஷம் எல்லாரும் மௌனமாக இருந்தார்கள். அம்மாதான் நிதானமாக ஸ்டோர் அறையிலிருந்தே சொன்னாள் – "இது ஒரு இடம் தானா? இன்னும் கொஞ்சம் மனசுக்குப் பிடிச்சதா வந்தால் பாக்கறது."

"உங்க மனசுக்கு எதைப் பிடிக்கும்? ஏன் இந்தப் பொண்ணுக்கு என்னவாம்?" என்று மணி வனஜாவைப் பார்த்துக் கேட்டான். வனஜா பேசாமல் இருந்தாள். மணி, "நீ தான் பார்த்துட்டு வந்தயே, சொல்லேன்" என்று மீண்டும் வனஜாவைக் கேட்டான்.

"என்னவோப்பா, நானெல்லாம் உனக்குச் சொல்லக் கூடியவ இல்லை. நான் இன்னிக்கு வந்துவிட்டு நாளைக்கு ஊருக்குப் போயிடறவ" என்று வனஜா சொன்னாள்.

"அண்ணா அந்தப் பொண்ணைப் பார்த்து அப்படியே மயங்கிட்டான்" என்று சரோஜினி சொன்னாள்.

மணி கண்ணில் கொலை தெரிய, சரோஜினியைப் பார்த்தான். அதற்குள் அம்மா வந்து, "டேய் டேய்,

அவவழிக்குப் போகாதே. எனக்கு என்னமோ அந்தப் பொண்ணு இந்தாத்துக்கு சரிப்பட்டு வருவாள்னு தோணலை. அப்புறம் உன் இஷ்டம்" என்றாள். மணி அதே வேகத்தில் சைக்கிளைத் தடதடவென்று இறக்கிக்கொண்டு வெளியே போய்விட்டான்.

சரோஜினி வனஜாவைக் கேட்டாள் – "எப்படித் தான் இருக்கா அவ?"

"நன்னாத்தான் இருக்கா" என்று வனஜா சொன்னாள்.

"பின்னே?"

"அம்மாதான் பார்த்த அன்னிலேந்தே சரிப்பட்டு வராதுன்னு சொல்லிண்டிருக்கா."

அம்மா வேறு புடவை கட்டிக்கொண்டிருந்தால்கூட என்னவோ மாதிரிதான் இருந்தாள். "சபா டிக்கட்டை ஞாபகமாக திருப்பி வாங்கிக்கோம்மா, இந்த மாசம் இன்னும் ஒரு கச்சேரி இருக்கு" என்று சரோஜினி சொன்னாள். அம்மா வாசல் கதவு வரை போனவள், "நீ வேணும்னா இன்னிக்குப் போயிட்டு வாயேன் வனஜா. நான் ஆத்திலே குழந்தைகளைப் பார்த்துக்கறேன்" என்று சொன்னாள்.

சரோஜினி, "நீதாம்மா ரொம்ப நாளா கமலா டான்ஸ்னு சொல்லிண்டிருந்தே. நான் வேணா உன்னை சபாவிலே கொண்டுவந்து விட்டுவிட்டு வரனே்" என்று சொன்னாள்.

அம்மாவும் சரோஜினியும் பஸ் ஸ்டாண்டு வந்தார்கள். அம்மா சொன்னாள், "என்னாலே அங்கே பஸ்ஸ்டாண்ட்லேந்தே நடக்க முடியாது போலேயிருக்கேடி."

"அப்ப டாக்சியிலே போயிடலாமா? எட்டணா தானே ஆகப்போறது?"

ஆனால் டாக்சி சபாவை அணுகும்போது அம்மா, "சரோஜினி, வண்டியைத் திருப்பச் சொல்லு. எனக்கு என்னமோ பண்ணறது" என்று சொன்னாள். சரோஜினி அம்மாவைப் பார்த்தாள். அம்மா முகம் சிறிது அதிகமாகத் தான் வியர்த்திருந்தது. "டிரைவர், திரும்பி வந்த இடத்துக்கே கொண்டு போயிடு" என்று டிரைவரிடம் சொன்னாள்.

வாசலில் வனஜா ஓடி வந்தாள். "என்னம்மா என்ன ஆச்சும்மா?" என்று கேட்டாள். அம்மா 'ஒன்றுமில்லை' என்று கையைக் காட்டினாள். ஆனால் அதிகம் பேச முடியவில்லை.

மணியும் இல்லை. அப்பாவும் பத்து மணிக்குத்தான் வருவார். சரோஜினி டாக்டர் வீட்டுக்குப் போனாள். டாக்டரிடம் இன்னும் ஐந்தாறு நோயாளிகள் இருந்தார்கள். சரோஜினியைப் பார்த்து, "ஹலோ!" என்றார்.

சரோஜினி "அம்மா" என்றாள்.

"மறுபடியும் பிரஷர் வந்துடுத்தா? இதோ ஒரு பத்து நிமிஷம் இரு. இவாளை அனுப்பிச்சுட்டு வரேன்" என்று டாக்டர் சொன்னார். ஆனால் பதினைந்து நிமிடங்கள் ஆயின. டாக்டர் வெளியே வந்து, "வா போகலாம். வண்டி ஏதாவது கொண்டு வந்திருக்கயா" என்று கேட்டார்.

"டாக்சி கொண்டு வரட்டுமா" என்று சரோஜினி கேட்டாள்.

"உனக்கு ஸ்கூட்டர்லே பின்னாலே உக்காந்துப் பழக்கம்னா வேண்டாம்." என்று டாக்டர் சொன்னார். சரோஜினி பதில் சொல்லவில்லை. டாக்டர் அவர் ஸ்கூட்டரை வெளியே தெருவுக்குக் கொண்டு வந்தார். "நேத்திக்கு உங்கண்ணா அப்பு அழைச்சிண்டு வந்திருந்தான். அப்போ சாதாரணமாத்தானே இருந்தா?" என்று கேட்டார்.

"இன்னிக்குக் கொஞ்சம் வெளியிலே போனோம். உடனே படபடன்ன வந்துடுத்து."

"உங்கம்மா மாதிரி மனுஷாள்ளாம் அதிகம் வெளியிலேயும் போகக்கூடாது. அதிகம் அடுப்பங்கரையிலேயேயும் அடைஞ்சு கிடக்கக் கூடாது," என்று டாக்டர் சொன்னார். "இந்தப் பையை வைச்சிண்டு தைரியமா உக்காந்துப்பியோல்லியோ?"

சரோஜினி கெட்டியாகப் பிடித்துக்கொண்டு உட்கார்ந்தாள். டாக்டர் மெதுவாகத்தான் ஸ்கூட்டரை ஓட்டி வந்தார்.

வீட்டு வாசலில் பக்கத்து வீட்டுக்காரர்கள் நின்று கொண்டிருந்தார்கள். சரோஜினிக்கு எதற்கு என்று தெரியவில்லை. டாக்டரும் அவளும் ஹாலுக்குப் போன போது வனஜா அலறிக்கொண்டிருந்தாள். வனஜாவின் குழந்தைகள் மூன்றும்கூட அலறிக்கொண்டிருந்தன. அம்மா டாக்டரின் தேவையை மீறிய நிலை அடைந்திருந்தாள்.

4

“ஏண்டா அறிவு கெட்டவனே, தடுக்கைப் பிரிச்சு எடுக்கறத்துக்கு முன்னாலேயே ஏண்டா கொம்பை அவுத்து விட்டே?” என்று பெரிய ஆள் சின்ன ஆளைத் திட்டினாள். உடனே சின்ன ஆள் பந்தலின் பக்கக் குச்சிகளை மீண்டும் அந்தச் சவுக்குக் கம்பத்தில் கட்டப் போனான். அந்தக் கம்பத்தருகில் ஒரு சிறு பள்ளம் சேறாகவும், தர்ப்பைத் துண்டுகளூ மாக இருந்தது. சரோஜினி, “அடிக்காதே, அடிக்காதே” என்றாள். ஆனால் அந்தப் பெரிய ஆள் சின்ன ஆளை ஓங்கி ஒரு அறை கொடுத்துவிட்டான். சின்ன ஆள் ஏதேதோ கத்திக்கொண்டே தெருவோடு ஓடிப்போய் விட்டான். அவன் என்ன சொன்னான் என்று தனித்தனியாக விளங்கா விட்டாலும் கூசும்படியான வசவுதான் என்று சரோஜினிக்குத் தெரிந்தது. அப்பா கிணற்றங் கரையிலிருந்து வீட்டைச் சுற்றி வந்து, “பந்தலைப் பிரிச்செடுத்துண்டு போனப்புறம் இங்கே வந்து உக்காந்துக்கோயேம்மா” என்று சரோஜினியிடம் சொன்னார். பத்து நாட்கள் களையப்படாமலிருந்த தாடி, மீசையை எடுத்து மூன்று நாட்களாகியும் அவர் நேற்றுத்தான்

க்ஷவரம் செய்துகொண்டவர் மாதிரி இருந்தார். பதறும் அடி உதட்டைக் கடித்துக்கொண்டு சரோஜினி தன் புத்தகத்துடன் வீட்டிற்குள்ளே போனாள். வராந்தாவில் அவள் மேஜை இருக்கும் இடம் காலியாக இருந்தது. அந்த இடத்தில்தான் இறந்துபோன அவள் அம்மாவுக்குக் கல் ஊன்றி அந்திமக்கிரியைகள் செய்திருந்தார்கள். அதற்காக வாசலில் போட்டிருந்த தட்டிப் பந்தலும், மறைப்பும் இன்னும் சில நிமிடங்களில் முழுக்க எடுபட்டுப் போய்விடும்.

மாடிப்படி முடிந்து மொட்டை மாடி துவங்கும் மூன்றடி அகல இடத்தில் மணி, அப்பு இருவரும் படுத்துத் தூங்கிக் கொண்டிருந்தார்கள். அவர்களை மிதிக்காமல் சுவரோரமாக இருந்த இடத்தில் சரோஜினி தன்னைச் சுருக்கிக்கொண்டு உட்கார்ந்து புத்தகத்தைப் பிரித்தாள். பரீட்சை வினாத்தாளில் அந்தப் புத்தகத்திலிருந்துதான் சில பகுதிகளை விடையெழுதத் தேர்ந்தெடுப்பார்கள். அவளுக்கு மிகவும் பழக்கமான அந்தப் புத்தகம் அந்நேரத்தில் அவளுக்கு ஏதோ புரியாத மொழியில் எழுதப்பட்டிருந்தது போலிருந்தது.

அப்பு சட்டென்று எழுந்து தன் காதைக் குடைந்து கொண்டான். அந்த வேகத்தில் மணி சிறிது தூக்கம் கலைபட்டுப் புரண்டு படுத்துக்கொண்டான். அப்பு, சரோஜினியைப் பார்த்து, "என்ன மணியாறது?" என்று கேட்டான்.

"இரண்டு, இரண்டரை இருக்கும்," என்று சரோஜினி சொன்னாள். அப்புவின் நெற்றியில் முன் மயிரை அரை அங்குலத்திற்கு வழித்துவிடப்பட்டிருந்தது.

"அம்மா," என்று அப்பு கொட்டாவி விட்டான். "கீழே என்ன சத்தம்?" என்று கேட்டான்.

"பந்தலைப் பிரிக்கறா" என்று சரோஜினி சொன்னாள்.

"யார் இருக்கா?"

"அப்பா."

அப்பு உடனே கீழே இறங்கிப் போனான். சரோஜினி முழங்காலைக் குத்திட்டு உட்கார்ந்துகொண்டாள். பிறகு புத்தகத்தை அங்கேயே வைத்துவிட்டு அவளும் கீழே இறங்கிப் போனாள். வராந்தாவில் வனஜா அவள் கணவரிடம் ஏதோ மெதுவாகச் சொல்லிக்கொண்டிருந்தாள். அவர் வெற்றிலை பாக்கு மென்றுகொண்டு வாய் பேசாமல் கேட்டுக்கொண்டிருந்தார். சரோஜினியைப் பார்த்ததும், "நாளைக்குப் பரீட்சை ஆரம்பமா?" என்று கேட்டார்.

"உம்," என்று சரோஜினி சொன்னாள்.

"பாவம்," என்று அவர் சொன்னார்.

ஹாலில் ஏகப்பட்ட சாமான்களை ஒரு பக்கமாகக் குவித்து வைத்திருந்தது. சரோஜினியின் மேஜையும் அந்தக் குவியலில் தான் இருந்தது. மறுபக்கத்தில் இரண்டு மூன்று பாய்கள் கோணலும் மாணலுமாகக் கிடந்தன. ஒன்றில் மட்டும் சுரேஷ் தூங்கிக்கொண்டிருந்தான்.

சமையலறையில் பவானி பிற்பகல் காபிக்கு ஸ்டவ்வைப் பற்ற வைத்து வெந்நீர் போட்டிருந்தாள். அம்மாவின் அக்கா காலை நீட்டி அங்கேயே உட்கார்ந் திருந்தாள். சரோஜினியைப் பார்த்து, "வாடா என் கண்ணு," என்றாள். சரோஜினி பெரியம்மாவுக்குப் பக்கத்தில் போய் உட்கார்ந்து கொண்டாள். மறுகணம் அவளைக் கட்டிக் கொண்டு அழ ஆரம்பித்தாள்.

"நான் போக வேண்டியவ. எல்லாம் இன்னும் இருக்கிறப்போ இவ இப்படி முந்திண்டாளே," என்று பெரியம்மாவும் அழுதாள். பெரியப்பா செத்துப்போய்ப் பல வருடங்கள் ஆகிவிட்டன. குழந்தைகளும் கிடையாது.

பவானி சொன்னாள், "அம்மா வளைகாப்பு செஞ் சுவைப்பா, அதுக்கு வருவேன்னு இருந்தேன். என்னை இப்படி ஏச்சுட்டா," என்று விம்மினாள். அப்போது வெந்நீர்

மணல்

கொதித்துவிட்டது. பவானி மெதுவாகப் பாத்திரத்தை இறக்கி, காபி ஃபில்டரில் வெந்நீர் விட்ட பிறகு மீண்டும் அடுப்பில் ஜலம் வைத்தாள்.

“பால்காரன் இப்போ வந்துடுவானா?” என்று பெரியம்மா கேட்டாள்.

“அவன் மூணரை நாலு மணிக்குத்தான் இரண்டு நாளா வந்திண்டிருக்கான். அத்தனைக்கும் இன்னிக்கு அதிகப்படி பால்கூட இல்லை,” என்று பவானி சொன்னாள்.

பெரியம்மா சரோஜினியின் தலையைத் தடவி விட்டுக் கொண்டிருந்தாள். அப்போது வனஜாவும் அங்கே வந்தாள். பெரியம்மா அவளைப் பார்த்து, “உங்காத்துக்காரர் இன்னிக்கே கிளம்பிப் போகிறாரா?” என்று கேட்டாள்.

“நானும்கூடக் கிளம்பலாமான்னு பாக்கறேன். இரண்டு மாசமா எங்கேயோ சாப்பிட்டு அவர் உடம்பு நாராப் போயிடுத்து,” என்று வனஜா சொன்னாள்.

“ஏண்டி, இவ்வளவு நாளா இருந்தவ இன்னும் பத்து நாள் சரோஜினி பரீட்சை முடிஞ்சப்புறம் போறதுதானே?” என்று பெரியம்மா கேட்டாள்.

“அவர் அப்படித்தான் சொல்றார். எனக்குத்தான் மனசு கேக்கலை,” என்று வனஜா சொன்னாள்.

பவானி மிகுதியிருந்த காலைப் பாலில் பாத்திரம் நிறையக் காபி கலந்து முதலில் ஒரு தம்ளரில் எடுத்துவிட்டு, “இதைக் கொண்டு போய் அப்பாவுக்குக் கொடுத்துட்டு வா சரோஜா,” என்றாள்.

சரோஜினி காபி எடுத்துக்கொண்டு வந்தாள். பந்தல் இருந்தபோது நிழலாக இருந்ததென்று அவள் வெளியே போட்டுக்கொண்டு படித்துக்கொண்டிருந்த நாற்காலியில் அப்போது அப்பா உட்கார்ந்து கொண்டிருந்தார். “மாப்பிள்ளைக்குக் கொடுத்தாச்சா?” என்று கேட்டார்.

“இல்லை” என்று சரோஜினி சொன்னாள்.

"அவாளுக்கெல்லாம் கொடுத்தப்புறம் எனக்குத் தரலாமே" என்று அப்பா சொன்னார். சரோஜினி பதில் பேசாமல் நிற்க, அவர் தம்ளரை வாங்கிக்கொண்டார். அப்பா வும் வனஜாவின் கணவரும் அந்தப் பக்கம் வந்தார்கள். அப்பு முகம் கழுவி இன்னும் துடைத்துக்கொள்ளாமல் இருந்தான். வனஜாவின் கணவர், "நான் இன்னிக்குக் கிளம்பறேன்," என்று அப்பாவிடம் சொன்னார்.

"நீங்களே இப்படி அதைரியப்பட்டுண்டிருந்தா இவபோல குழந்தை எல்லாம் என்ன செய்யும்? இனிமே தான் நீங்க இன்னும் திடமாக இருக்கணும்," என்று வனஜாவின் கணவர் சொன்னார்.

"நான் இனிமே என்ன திடமா இருக்கப்போறேன்?"

சரோஜினி வெகு வேகமாக உள்ளே போனாள், ஆனால் அவள் அழுவதற்கு அவகாசம் தராமல் பவானி இன்னொரு தம்ளர் காபியை அவளிடம் கொடுத்து, "இதை அத்திம்பேருக்குக் கொடுத்துட்டு வா. இந்தா, இது உனக்கு" என்றாள். சரோஜினி மீண்டும் வெளியே வந்தாள். இப்போது அப்பாவும் வனஜாவின் கணவரும் சாதாரணமாகப் பேசிக்கொள்ள ஆரம்பித்திருந்தார்கள். வனஜாவின் கணவர் சொன்னார்: "என்ன காரணத்தைக் கொண்டும் சரோஜினி படிப்பை நிறுத்திடாதேங்கோ. ஒரு டிகிரி வாங்கிடட்டும். பி.யூ.சி. படிச்சிட்டு வீட்டிலே உக்காந்துக் கறத்துக்கு எஸ்.எஸ்.எல்.சி.யோடெயே நிறுத்திக்கலாம்."

சரோஜினி காபியை அவருக்குக் கொடுத்தாள். அப்போது அடுத்த வீட்டிலிருந்த சுதா பாலுவைக் கையைப் பிடித்து அழைத்து வந்தாள். பாலு நனைந்திருந்த தன் நிக்கரைக் கையில் வைத்துக்கொண்டிருந்தான் எப்படியோ உள்ளேயிருந்தே அவர்களைப் பார்த்துவிட்ட வனஜா அவர்கள் இரண்டு பேரையும் உள்ளே அழைத்துப் போனாள். வனஜாவின் கணவர் சரோஜினியைப் பார்த்துச் சொன்னார்: "இதோ பார் சரோஜி, இனிமேயெல்லாம் நீ அழுதுண்டு கிழுதுண்டு இருக்கக் கூடாது. தைரியமா

மணல்

இருக்கணும். பரீட்சை நன்னா எழுதணும். மேலே படிக்கணும். அப்பா அண்ணாவெல்லாம் நன்னா பார்த்துக்கணும். உன் அக்காவை எதுக்கும் ஒரு மாசம் இங்கே இருந்துட்டே வரச் சொல்லியிருக்கேன். இருந்தாலும் இனிமே நீதான் வீட்டுக்குப் பெரியவ..."

சரோஜினி காலித் தம்ளரை எடுத்துக்கொண்டு சமையலறைக்குச் சென்றாள். வனஜாவின் குழந்தைகள் மோர் சாதம் சாப்பிட்டுக்கொண்டிருந்தனர். வனஜா, பவானி இருவரும் எதிரில் உட்கார்ந்து பேசிக்கொண்டிருந்தனர். அப்பு, பெரியம்மா பக்கத்தில் உட்கார்ந்து எல்லாவற்றையும் கேட்டுக்கொண்டிருந்தான். பெரியம்மா சொன்னாள்: "அதுக்குள்ளே எதுக்கு அவசரப்படறேள்? இன்னும் சரோஜா இருக்கா; அவளுக்கே தன் நகைகள் எல்லாத்தையும் போட்டு ஒப்பேத்தலாம்னு அம்மா இருந்திருப்பா. இப்போ நீங்க ஆளுக்கு ஒண்ணுன்னு நகை நட்டெல்லாம் எடுத்திண்டு போயிட்டா நாளைக்குக் குழந்தைக்குக் கல்யாணம்னா என்ன பண்ணறது? எனக்கென்னமோ சம்மதமாத் தோணலை."

பவானி அழுகுரலில் சொன்னாள்: "வளைகாப்புக்குக் கட்டாயம் ஒரு ஜோடி கரும்பு வளை பண்ணிப் போடறேன்னு அம்மா சொல்லிண்டிருந்தாள்..."

"கரும்புக் கணு வளையா?" என்று வனஜா கேட்டாள்.

பவானி ஒரு விநாடி அசையாமல் இருந்தாள். பிறகு "ஆம்மாம், கரும்புக் கணு வளை," என்றாள். அவள் அழவில்லை.

சுரேஷ் அப்போதுதான் எழுந்தவன், அழுதுகொண்டே அவன் அம்மாவைத் தேடி வந்தான். வனஜா, "இன்னும் கொஞ்சம் நாழி தூங்கித் தொலையறதுதானே, என்ன தலைபோற அவசரம்?" என்று அவனிடம் கேட்டாள். அவன் இன்னும் கொஞ்சம் அதிகமாக அழுதான். பெரியம்மா சொன்னாள்: "இன்னும் ஒருத்தி கல்யாணத்துக்கு இருக்கா, பிள்ளைகளுக்கெல்லாம் கல்யாணம் ஆகலை. அதனாலே

இப்பவே பங்கு போட்டுண்டு போறதெல்லாம் சரியில்லே," என்றாள்.

அப்போது மணியும் எழுந்து வந்துவிட்டான். அவனைக் கண்டதும் எல்லாரும் பேசாமல் இருந்தார்கள். அவன் பொதுவாக, "நாளைக்கு நான் ஆபீஸ் போகணும், சமையலெல்லாம் இன்னி மாதிரி நாழி பண்ண வேண்டாம்," என்றான். அப்புவும், "ஆமாம், எனக்கும் இன்னியோட லீவு முடியறது," என்றான். பிறகு, "அப்பாவுக்குக்கூட," என்றான். பவானி மணிக்குக் காபி எடுத்துக் கொடுத்தாள். மணியின் முகமும் கறுத்துப் போயிருந்தது. அவனுக்கும் முன்தலையில் கிராப் சிறிது வழித்து விடப்பட்டிருந்தது. பெரியம்மா சொன்னாள்: "ஒரு வருஷத்துக்கு அதிகமா வெளியூர் எங்கேயும் போக நேராதபடி இருக்கணும். ஊனம் மாஸ்யம் ஒண்ணும் விட்டுப் போகாம நீதான் இருந்து செஞ்சுடணும்," என்று மணியிடம் சொன்னாள். மணி அப்படியே கேட்டுக்கொண்டிருந்தான். பிறகு சரோஜினி யைப் பார்த்து, "நாளைக்குப் பரீட்சைன்னா போய் பாடத்தை ஏதாவது பார்த்துக்கறதுதானே?" என்றான்.

"ஏன் குழந்தையை வெறுமனே துரத்தறே? அவளே இப்பத் தான் இங்கே வந்தா. பாவம், ஒரு மூலையிலே தனியா உக்காந்து வாசிக்கறதுக்குக்கூட இப்போ இடமில்லாம இருக்கு" என்று பெரியம்மா சொன்னாள்.

"அதுக்கென்ன செய்யறது? அவ மேஜையெல்லாம் இப்போவே பழைய இடத்திலே எடுத்துப் போட்டுடப் போறேன்." பிறகு மணி பவானியைப் பார்த்து, "உன் சமாச்சாரம் என்ன? நீ திரும்பி ஊருக்குப் போகணுமா, இல்லே இங்கேயே இருந்துடலாமா – எல்லாம் பெரியம்மா இங்கே இருக்கிறப்பவே பேசித் தீர்மானம் பண்ணிக்கோ," என்றான்.

"அவளா என்னடா பண்ணுவா? அப்பாவைக் கேக்க வேண்டாமா, அவ புக்காத்துக்காராளைக் கேக்க வேண்டாமா?" என்று பெரியம்மா சொன்னாள்.

"அதுதான் கேக்கறதையெல்லாம் முன்னாலிலே எல்லாரும் இருக்கிறப்பவே கேட்டுண்டட்டும்னுதான் சொல்லறேன். எல்லோருக்கும் எம்மாதிரி ஆக வேண்டாம் பாருங்கோ," என்று சொல்லிவிட்டு மணி போய் விட்டான்.

"அவன் என்ன சொல்றான்?" என்று பெரியம்மா கேட்டாள்.

"அண்ணாவுக்கு அம்மா போனப்போ பக்கத்திலே இல்லையேன்னு ரொம்பத் துக்கம்," என்று சரோஜினி சொன்னாள்.

"இருக்கிறவரைக்கும் ஒரு நாள்கூட அம்மாவோட சிடுசிடுக்கின்ற முஞ்சி இல்லாம அவன் இருந்தது கிடையாது," என்று வனஜா சொன்னாள்.

"இப்ப அதெல்லாம் எதுக்கு?" என்று அப்பு சொன்னான். "டிபனுக்கு என்ன பண்ணப் போறேள்? எனக்கு ரொம்பப் பசிக்கிறது," என்றும் சொன்னான்.

பவானி வனஜாவிடம், "ரவா இருந்தா உப்புமா பண்ணிடலாம்," என்று சொன்னாள். வனஜா சுரேஷுக்குப் பால் கரைத்துக் கொடுக்க ஆரம்பித்திருந்தாள்.

பெரியம்மா எழுந்து மெதுவாகக் கிணற்றங்கரைப் பக்கம் போனாள். சரோஜினியும் அவளைத் தொடர்ந்து போனாள். "பெரியம்மா," என்று மெதுவாகக் கூப்பிட்டாள்.

"என்னடா கண்ணு?" என்று பெரியம்மா கேட்டாள். சட்டென்று, "சீ அசடு, அசடு! இப்படி நினைச்சுண்டு நினைச்சுண்டு அழ ஆரம்பிக்கக்கூடாது. உனக்கு யார் இல்லே இப்போ? அப்பா இருக்கா, அக்கா அண்ணா வெல்லாம் இருக்கா. நான் இருக்கேன். இப்படி வெறுமனே அழுதுண்டே இருக்கக்கூடாது," என்றாள்.

"எனக்கென்னமோ பயமா இருக்கு."

பெரியம்மா சரோஜினியைக் கட்டிக்கொண்டு தலையையும் முதுகையும் தடவிக்கொடுத்தாள். "ஆனது

ஆயிடுத்து, இனிமே நீ அப்பாவைப் பாத்துக்கணும்மா," என்றாள். "பத்து இருபது நாளானா வனஜா அவ வீட்டுக்குப் போயிடுவா, பிரசவம் ஆச்சுன்னா பவானி அவ வீட்டுக்குப் போய்விடுவா. உங்க எல்லாரையும்விட அப்பாவுக்குத் தான் கஷ்டம், அவரைத்தான் நீ ஜாக்கிரதையாப் பார்த்துக்கணும்."

சரோஜினி கேட்டாள், "நீங்க தனியாத்தானே இருக்கேள் பெரியம்மா. இங்கே வந்து இருந்துடுங்கோளேன். அம்மா இல்லாததுக்கு நீங்க எங்களுக்கு அம்மாவா இருந்துடுங்கோளேன்."

பெரியம்மா ஒரு கணம் மலைத்த மாதிரி நின்றாள். பிறகு, "நான் எப்படிம்மா வர முடியும்? நான் வீட்டிலே நாலு குடித்தனக்காராளை வைச்சிண்டிருக்கேன். வீட்டை எல்லாம் விட்டுட்டு எப்படி வர முடியறது? அதோட நாளைக்கே மணிக்குக் கல்யாணம் முடிஞ்சுதுன்னா வீட்டுக்குன்னு ஒருத்தி வந்துடுவா. நான் என்னத்துக்கு?" என்றாள்.

சரோஜினி பெரியம்மாவை விட்டுவிட்டு வாசல் பக்கம் வந்தாள். மணி அவள் மேஜையைப் பழையபடி மாடிப் படியருகில் போட்டு வைத்திருந்தான். அப்பா வெளி நாற்காலியில் அசையாது உட்கார்ந்திருந்தார். ஹாலில் அப்பு, சுதாவுக்குக் கயிற்றை எப்படித் தரையில் இடிக்காமல் சுற்றி ஸ்கிப்பிங்கு ஆடுவது என்று செய்து காட்டிக்கொண்டிருந்தான். அதைப் பார்த்தபடி வனஜாவின் கணவர் அவருடைய ஹோல்டாலை இழுத்துக் கட்டிக் கொண்டிருந்தார்.

சரோஜினி ஒரு சித்தமாக மனத்தை வைத்துக்கொண்டு மேஜை முன்னால் உட்கார்ந்தாள்.

மணல்

5

சரோஜினி சாம்பார் சாதத்தையும் தயிர் சாதத்தையும் தனித்தனிப் பாத்திரங்களில் பிசைந்து வைத்துக்கொண்டே பின் அடுப்பில் காய்ந்துகொண்டிருந்த பாலை இறக்கி வைத்தாள். தண்ணீர் தெளித்து அடுப்பை அணைப்பது ஆகாது என்ற உணர்வுடனேயே தண்ணீர் தெளித்துத்தான் சிவப்பாக எரிந்து கொண்டிருந்த கரித்துண்டுகளை நொடியில் சிறுத்துப் புகை எழுப்பி சாம்பல் பூத்து அணைய வைத்தாள். அவள் முன்பே இறக்கி வைத்திருந்த டிகாக்‌ஷனில் ஒரு தம்ளர் காபி கலக்க நான்கு கரண்டி பால் தேவைப் பட்டது. காபியை பிளாஸ்கில் விட்டு வைத்து விட்டு வெளியே ஒரு தரம் போய் எட்டிப் பார்த்துவிட்டு வந்தாள். ஐந்து நிமிஷங்கள் கழித்துத்தான் அப்பு ஆபீஸிலிருந்து வந்தான். அவன் கொண்டு வந்திருந்த காலி டிபன் காரியரை அவசரம் அவசரமாகக் கழுவி, பிசைந்து வைத்திருந்த சாதங்களை எடுத்து வைத்தபின் காரியரின் வெளிப்புறத்தை ஒரு துண்டால் சுத்தமாகத் துடைத்தாள். அப்பு வந்ததிலிருந்து அப்படியே நாற்காலியில்

உட்கார்ந்திருந்தான். அவனிடம், "இந்தா காபி சாப்பாடு" என்று சொல்லி இரண்டு பைகளையும் சரோஜினி கொடுத்தாள்.

"எனக்கு ஒண்ணும் இல்லையா?" என்று அப்பு கேட்டான்.

சரோஜினி நாக்கைக் கடித்துக்கொண்டு, "இதோ கலந்துதுண்டு வரேன்," என்றாள்.

"வேண்டாம், நானே கலந்துக்கறேன். இன்னிக்கு மட்டும் நீ போயிட்டு வந்துடேன்," என்று அப்பு சொன்னான்.

"இவ்வளவு நாழிக்கப்புறம் சொல்லறியே? நான் இப்போ கிளம்பிப் போறதுக்குள்ளே ஆறு மணி ஆயிடுமே!"

"கொஞ்சம் இன்னிக்கு மட்டும் நீயே போயிட்டு வந்துடேன். நான் எப்போ போனாலும் டாக்டரைக் கேளு, ஆர்.எம்.ஓ.வைக் கேளுன்னு அவ விரட்டிண்டே இருக்கா."

"என்னாலே ஒண்ணும் இப்போ திடுதிப்புன்னு போக முடியாது."

"அப்போ நானும் போகப் போறதில்லை. யாருமே போக வேண்டாம்."

சரோஜினி வேகமாகச் சமையலறைக்கு வந்தாள். ஒரு நிமிஷம் கழித்து ஸ்டோர் அறைக்குச் சென்று வேறு புடவை எடுத்துக் கட்டிக்கொண்டாள். அப்பு இன்னமும் அப்படியே நாற்காலியில் உட்கார்ந்து கொண்டிருந்தான். "சரி, நான் போயிட்டு வரேன். பாலைப் பூனை குடிச்சுடாதபடி பாத்துக்கோ. பாஸ் எங்கே?" என்ற சரோஜினி கேட்டாள்.

அப்பு கசங்கி நைந்து போயிருந்த ஒரு காகிதத் துண்டை எடுத்துக் கொடுத்தான்.

ஒன்பதாம் நம்பர் வார்டில் பவானியின் படுக்கையில் வேறு ஏதோ ஒரு அம்மாள் இருந்தாள். சரோஜினி அவளிடம், "என் அக்கா எங்கே?" என்று கேட்டாள். அந்த அம்மாள் கண் திறந்தாலும் கேள்வியை வாங்கிக்கொண்ட மாதிரி இல்லை. சரோஜினி அந்த வார்டைப் பார்த்துக்கொள்ளும் நர்ஸைத் தேடிக்கொண்டு போனாள். அந்தப் பகுதிக்கு என்றிருந்த மேட்ரன் அறையில் ஒரு நர்ஸ் எதையோ தேடிக்கொண்டு போனாள். சரோஜினியைப் பார்த்து, "இங்கே எங்கே வந்தே, போ, போ, போ. இதென்ன பிரைவேட் நர்ஸிங் ஹோம்னா நினைச்சு இந்த நேரத்துக்கெல்லாம் இப்படிச் சுத்திட்டிருக்கீங்க? போ, போ, போ. விசிட்டர்ஸ் டைம் எல்லாம் முடிஞ்சு மணியடிச்சாச்சு," என்றாள்.

"பதிமூணாம் நம்பர் பெட்லே இருந்த பவானி எங்கே? அவுங்களைத்தான் பார்க்க வந்தேன்," என்ற சரோஜினி சொன்னாள்.

"பிரைமியா?" என்று நர்ஸ் கேட்டாள். ஒரு விநாடி கழித்து சரோஜினி, "ஆமாம். இதுதான் முதல் பிரசவம்," என்றாள்.

"அவங்களுக்கு வலியெல்லாம் நின்னு போயி மத்தியானமே நாலாம் நம்பர் வார்டிலே போட்டிருக்கு" என்று நர்ஸ் சொன்னாள்.

"நாலாம் நம்பர் வார்ட் எங்கேயிருக்கு?" என்று சரோஜினி கேட்டாள்.

"எல்லாம் டைம் இருக்கிறப்பவே வரக்கூடாதா? கீழ்ே ஆபரேஷன் தியேட்டர் பக்கத்திலே போ," என்று நர்ஸ் சொன்னாள்.

சரோஜினி நாலாம் எண் வார்டை அடைவதற்குள் இரண்டாவது மணியும் அடித்து நோயாளிகளைப் பார்க்க வந்தவர்கள் எல்லாரும் வெளியே போய்க் கொண்டிருந் தார்கள். சக்கரத்துக்குச் சரியாக எண்ணெயிடப்படாத

ஒரு பெரிய தள்ளுவண்டியை ஒரு தடிப் பெண்மணி தள்ளிக்கொண்டு வந்தாள். இன்னும் இருவர் அந்த வண்டியிலிருந்த ரொட்டித் துண்டுகளையும் பாலையும் நோயாளிகளுக்கு விநியோகித்துக் கொண்டு வந்தார்கள். பவானி அழுதுகொண்டிருந்தாள். சரோஜினி, “முதல்லே காபி சாப்பிட்டுடு,” என்றாள்.

பவானி கண்ணைத் துடைத்துக்கொண்டு “ஏன் இவ்வளவு நாழி?” என்றாள்.

“பஸ்ஸு கிடைக்கலை. உன் வார்டு மாத்தினது வேறே தெரியாது,” என்று சரோஜினி சொன்னாள்.

“கடிதாசு ஏதாவது வந்ததா?”

“இல்லை.”

பவானி இன்னும் ஏமாற்றம் அடைந்தவளாக இருந்தாள். காபியை வாங்கிக் குடித்தாள். “சர்க்கரையே போடலியா?” என்று கேட்டாள்.

“போட்டேனே.”

“நீயே சாப்பிட்டுப் பாரு” என்று பவானி சொன்னாள்.

சரோஜினி பவானியின் படுக்கைக்குப் பக்கத்திலிருந்த வலை அலமாரியைத் திறந்து பார்த்தாள். அதில் வீட்டி லிருந்து பவானிக்காகக் கொண்டு வைத்திருந்த சர்க்கரை சீசா காலியாக இருந்தது. சரோஜினி மேற்கொண்டு, “இன்னிக்கு இரண்டு சாதத்தையும் கொஞ்சம் இளகவே பிசைஞ்சுண்டு வந்திருக்கேன்” என்றாள்.

“அப்படி வைச்சுட்டுப் போ,” என்று பவானி சொன்னாள். பிறகு, “நான் சொன்ன புடவை, பாடி, ஜாக்கெட் கொண்டு வந்திருக்கிறயா?” என்று கேட்டாள்.

“நீ ஒண்ணும் கொண்டு வரலே? அப்புகிட்டே சொல்லியனுப்பிச்சேனே, அவன் சொல்லலை?”

"இல்லையே."

பவானி மறுபடியும் அழ ஆரம்பித்தாள். அப்போது அந்த வார்ட் நர்ஸ், "யாரும்மா அது, இன்னமும் அங்கேயே நின்னுட்டிருக்கிறது? உங்களுக்கு எத்தினி வாட்டி போ போ போன்னு சொல்றது. இப்பிடி போயிட்டு அப்பிடி வந்து நின்னுடறீங்களே? அறிவு இல்லே?" என்று கேட்டாள்.

"நான் இப்பதான் வந்தேன் சிஸ்டர், இதோ போயிடறேன்," என்று சரோஜினி சொன்னாள். பவானியிடம், "நாளை கார்த்தாலே காபியோட நான் எல்லாம் அனுப்பறேன். இன்னும் என்ன வேணும் சொல்லு" என்றாள்.

"நான் எப்படி வேணா, எக்கேடு கெட்டும் போய்த் தொலையறேன்," என்று பவானி மேலும் அழுதாள்.

"என்ன வேணும்னு சொல்லேன். சொன்னாத்தானே நான் எடுத்து அனுப்ப முடியும்?"

பவானி கண்களைத் துடைத்துக்கொண்டாள்.

"உன்னைக் கோச்சுண்டு என்ன பண்ணறது?" என்று சொன்னாள். பிறகு, "அட்டைப் பெட்டியிலே இரண்டு வெள்ளைப் புடவை வைச்சிருந்தேன். அதிலே ஒண்ணும், நேத்திக்கு சோப்பு போட்டு உலர்த்தக் கொடுத்த பாடி, பாவாடை, ஜாக்கெட் இது நாலையும் கொடுத்தனுப்பிச்சுடு," என்றாள்.

"சர்க்கரை ஆயிடுத்து இல்லையா?"

"ஆமாம். சர்க்கரை, ஹார்லிக்ஸ் . . . நாளைக்குக் கட்டாயமா அப்பாவை வரச்சொல்லு கார்த்தாலேயே. இப்போ பிரசவம் இல்லேன்னா வீட்டுக்காவது வந்துடலாம். நான் கேட்டா ஒரு டாக்டரும் சரியாச் சொல்லறதில்லை."

"நான் இப்போ கேட்டுண்டு வரட்டுமா?"

"நீயா . . . சரி, கேட்டுண்டு வாயேன்."

சரோஜினி எப்பக்கம் கிளம்புவது என்று புரியாமல் ஒரு கணம் தயங்கினாள். பவானி சொன்னாள். "ஆர்.எம்.ஓ.வெல்லாம் இப்போ யாரும் கிடைக்கமாட்டா. காத்தாலே பத்து பத்தரை மணி விட்டா மறுபடியும் ராத்திரி ஏழு மணிக்குத்தான்."

"நான் பாத்துண்டு வரேனே."

சரோஜினி வராந்தாவில் நேராகப் போனாள். ஒரு சிறு அறையில் இரண்டு நர்ஸ்கள் ஆஸ்பத்திரி துணிமணி சலவைக்குப் போய் வந்ததைக் கணக்குப் பார்த்து எடுத்து வைத்துக்கொண்டிருந்தார்கள். சரோஜினியைப் பார்த்து, "ஏய், யாருது? போ ... போ ... போ. இப்போ மேட்ரன் வர நேரம்," என்று ஒரு நர்ஸ் சொன்னாள்.

சரோஜினி, "ஒரு நிமிஷம் சிஸ்டர்," என்றாள்.

நர்ஸ் தன் வேலையைவிட்டு "என்ன?" என்றாள்.

"இங்கே ஏழாம் நம்பர் பெட்லே என் அக்கா இருக்கா. அவளை டிஸ்சார்ஜ் பண்ணிடுவாங்களான்னு யாரைக் கேக்கறது?"

"எந்த வார்டு?"

"நாலாம் நம்பர்."

"ஓ, இன்னிக்கு மத்தியானம் இங்கே வந்த கேஸ்," என்று இன்னொரு நர்ஸ் சொன்னாள்.

"அவ அட்மிட் ஆயி பத்து நாளைக்கு மேலே ஆறது ..." என்று சரோஜினி ஆரம்பித்தாள்.

"ஃபால்ஸ் பெயின்ஸ். ஆனா இதான் டைம். எந்த நேரத்திலேயும் மறுபடியும் வலி வரலாம்."

"இப்போ டாக்டர் யாரையும் பார்க்க முடியாதா?"

"நம்பர் ஸெவன் டாக்டர் ஜானம்மா கேஸ். நாளைக்கு அவுங்களுக்கு அவுட் பேஷண்ட் டியூடி கூட,

பதினொரு மணியாகும். வீட்டிலே யாராவது பெரியவங்க இருந்தாங்கன்னா சாப்பாடு கொண்டு வர்ரமாதிரி வந்து கேட்டுட்டுப் போகச் சொல்லு. நாளைக்கு உன் அம்மாவை அனுப்பு."

"எங்களுக்கு அம்மா இல்லே."

"வேற பெரியவங்க யாராவது வரட்டும்."

"அப்பாதான் இருக்கார் ..."

"லேடீஸ் வரச் சொல்லு."

சரோஜினி திரும்பவும் பவானியிடம் வந்தாள். அதற்குள் அந்த அறையில் விளக்குகளை எரியவிட்டிருந்தார்கள். "என்ன, கேட்டியா?" என்று பவானி கேட்டாள்.

"நாளைக் காத்தாலே நானே வரேன்," என்று சரோஜினி சொன்னாள். பவானியின் படுக்கையில் கயிறு கட்டி கிளிப்பு பொருத்தப்பட்ட ஒரு தகரத்தகடு நிறையக் காகிதங்களுடன் தொங்கிக்கொண்டிருந்தது. அதைப் படித்தால் அரை குறையாவது விவரம் தெரியும். ஒரு நர்ஸ் தன்னையே கவனித்துக்கொண்டு இருப்பது சரோஜினிக்குத் தெரிந்தது. பவானி சொன்னாள்: "நீ போ. இனிமேலும் நீ இருந்தா அவ என்னைத்தான் வெறுமனே சிடுசிடுன்னு ஏதாவது சொல்லுவா."

ஃபிளாஸ்குடன் இருந்த பையை மட்டும் எடுத்துக் கொண்டு சரோஜினி கிளம்பினாள். அப்போது பவானி கேட்டாள்: "பெரியம்மாவை யாராவது பாத்துட்டு வந்தாளா? அவ எப்போ வரேன்னா?"

"அப்பாவே போய்ப் பார்த்திருக்கார். பிரசவம்னு ஆனவுடனே நம்மாத்திலேயே வந்து கொஞ்ச நாள் இருக்கேன்னு சொல்லியிருக்கா."

ஆஸ்பத்திரி வார்டுகளிலிருந்து வெளியே போகக் கூடிய பாதைகள் எல்லாவற்றையும் அதற்குள் மூடிவிட்

டிருந்தார்கள். சரோஜினி பல பகுதிகளைக் கடந்து காஷு வாலிடி இடத்தை அடைந்து அங்கிருந்துதான் வெளியே போக முடிந்தது. இரண்டு பஸ்களில் ஏறுவதற்கு இடமில்லாமல் போய் மூன்றாவது பஸ்ஸில் தான் முண்டியடித்துக்கொண்டு ஏறச் சாத்திய மாயிற்று. சரோஜினி நேராக வீட்டிற்குப் போகாமல் ரேணுகா வீட்டிற்குப் போனாள். ரேணுகா சிறிது நிலை கொள்ளாமல் இருந்தாள்.

"ஏதாவது தெரிஞ்சுதா?" என்று சரோஜினி கேட்டாள்.

"எங்கண்ணா இப்பத்தான் போயிருக்கான். இன்னிக்குத் தகவல் வந்திடும்னு அவர் டெலிபோன் பண்ணினாராம். எனக்குப் பயமாக இருக்குடி சரோஜி. என் பக்கத்திலேயே இருடி."

ரேணுகாவுடைய அம்மா, "எங்கே, ஆஸ்பத்திரிக்குப் போயிட்டு வரயா? உன் பையை அப்படி வெளியிலேயே வைச்சுடு," என்றாள். பிறகு, "அம்மா காரியமெல்லாம் நடந்துண்டு வரதா?" என்று கேட்டாள்.

சரோஜினி, "ம்" என்றாள்.

"பெரிய உபகாரி. எப்பவும் எல்லாருக்கும் ஒத்தாசையா இருப்பா. இப்படித் திடீர்னு மோசம் பண்ணிட்டாளே!" என்று ரேணுகாவின் அம்மா அழுகை கலந்த குரலில் சொன்னாள். பிறகு, "உங்கக்காவுக்குச் சீமந்தம் பண்ணப் போறாளோல்லியா?" என்று கேட்டாள்.

"குழந்தை பிறந்தப்புறம்கூடப் பண்ணலாமாம். புண்யா வஜனத்தன்னிக்குப் பண்ணிடலாம்னு அவ மாமியார் எழுதியிருக்கா" என்று சரோஜினி சொன்னாள்.

"தலைச்சன் குழந்தை. பத்தியம் போட்டு எண்ணெய் தேய்ச்சு குளிப்பாட்டறத்துக்குத்தான் பாட்டி இல்லை."

ரேணுகாவின் அண்ணா வந்தான். யுனிவர்ஸிடி ஆபீஸில் அவனுக்குத் தெரிந்தவர் ஒருவர் மூலம் பி.யு.சி. பரீட்சை முடிவைத் தெரிந்துகொண்டு வந்திருந்தான். ரேணுகா ஏழெட்டு நம்பர்களை ஒரு துண்டுக் காகிதத்தில் எழுதிக் கொடுத்திருந்தாள். அதைத்தான் அவன் திருப்பிக் கொண்டு வந்திருந்தான். அதில் சரோஜினியின் நம்பரும் இருந்தது. அதற்கு எதிரில் பென்சிலால் 'முதல் கிளாஸ்' என்று எழுதியிருந்தது.

6

அப்பா செய்திப் பத்திரிகை படித்துக் கொண்டிருந்தார். ரிக்ஷாவிலிருந்து சரோஜினி கீழேயிறங்கி பவானியிடமிருந்து குழந்தையை வாங்கிக்கொண்டாள். ஒரு கணம் வெயில் நேராக முகத்தில் படக் குழந்தை கண்களை இறுக மூடியிருந்தாலும் சிணுங்கி, கால்களை உதைத்துக்கொண்டது. பவானி கீழே இறங்கி, தளர்ந்த நடையுடன் கேட்டைத் திறந்து கொண்டு உள்ளே போனாள். ரிக்ஷாக்கார னிடம், "இரு, இதோ வந்து தரேன்," என்று கூறி சரோஜினி பவானி பின்னால் போனாள். அப்பா பவானியைப் பார்த்து, "என்னாச்சு?" என்று கேட்டார். பவானி காதில் ஒன்றும் விழாத மாதிரி உள்ளே போனாள். சரோஜினி, "பழைய மருந்தை நிறுத்தச் சொல்லி வேறே மருந்து கொடுத்திருக்கார். தாய்ப்பாலே கொடுக்கக்கூடாதுன்னு சொன்னார்" என்றாள்.

"இருபது நாள் குழந்தைக்குத் தாய்ப்பால் இல்லாமே வேறே எதைத் தரது?" என்று அப்பா கேட்டார்.

சரோஜினியும் பதில் சொல்லாமல் உள்ளே போய் குழந்தையைத் தரையில் கிடத்தினாள். சமையலறைக்குச் சென்று

அடுப்பிலிருந்து குக்கரை இறக்கி வைத்துவிட்டு ரசச்சொம்பை ஏற்றி வைத்தாள். பிறகு ஸ்டோர் ரூமுக்குச் சென்று அங்கிருந்த பல பெட்டிகளில் ஒரு மரக் கைப்பெட்டியாக இருந்ததைத் திறந்து அதிலிருந்த மிட்டாய்த் தகரத்தை எடுத்துக் குலுக்கினாள். அம்மா இருந்தபோது எப்போதும் கனத்துக் கொண்டிருக்கும் அந்த தகர டப்பா இப்போது காலியாக இருந்தது.

சரோஜினி வராந்தாவுக்கு வந்து அப்பாவிடம், “அப்பா, முக்கால் ரூபாய் வேண்டும்,” என்றாள்.

அப்பா, “என் கோட் பையிலே பாரு,” என்றார்.

அப்பா கோட் பையில் நிறையக் காகிதங்கள்தான் இருந்தன. பவானி, “என்ன தேடறே?” என்று கேட்டாள். சரோஜினி, “ஒண்ணுல்லே,” என்று சொன்னாள்.

அப்பா கோட்டில் இருந்த சில்லறை அரை ரூபாய் கூட இருக்காது. சரோஜினி அதை எடுத்து ரிக்ஷாக் காரனிடம் கொண்டு போய்க் கொடுத்து “இந்தா. நீ ஸ்கூல் டிரிப்பெல்லாம் முடிச்சுட்டு அப்பறமா வா. நான் பாக்கிச் சில்லறையைத் தரேன்,” என்றாள். ரிக்ஷாக்காரன் போய்விட்டான். பவானி, “ரிக்ஷாக்குக் கொடுக்கறதுக்குக் கூடப் பணம் இல்லாமல் போயிடறது.” என்றாள். அப்பா சரோஜினியிடம், “மணி கிட்டே இருந்தா வாங்கிக் கொடுக்கிறதுதானே” என்றார். சரோஜினி, “அண்ணா குளிச்சுண்டிருக்கான்,” என்றாள். அப்பா பத்திரிகையைக் கீழே மடித்து வைத்துவிட்டு உள்ளே பவானியிடம் சென்று, “டாக்டர் என்ன சொன்னார்?” என்று கேட்டார்.

பவானி “இப்போது சாதாரணமாக, மருந்தைக் கொடுத்துண்டு வரச் சொல்லியிருக்கார். இரண்டு நாளைக்கு நீர்க்க ஆரோரூட் மாவுக் கஞ்சியும், குளூகோஸ் ஜலமும் மட்டும் கொடுக்கச் சொல்லியிருக்கார்” என்றாள்.

“நம்மாத்துலே ஆரோரூட் மாவு இருக்கா?” என்று அப்பா கேட்டார்.

சரோஜினி "இல்லை" என்றாள்.

அப்பா "இதோ போய் நான் வாங்கிண்டு வரேன்" என்றார்.

சரோஜினி சமையலறைக்குச் சென்றாள். அப்பா சட்டையைப் போட்டுக்கொண்டு வெளியே போகத் தயாராக இருந்தார். அப்போது சாஸ்திரிகள் வந்து விட்டார். அப்பா "என்ன?" என்றார். சாஸ்திரிகள், "நாளைக்கு, நாளன்னிக்கு" என்றார். அப்போதுதான் மணி குளித்துவிட்டு வந்தான். அவன் இளைத்துக் கறுத்து இருந்தான். அவனும் சாஸ்திரிகளைப் பார்த்து, "என்ன?" என்றான்.

"நாளைக்கு சோதம்பம். நாளன்னிக்கு மாஸ்யம். நாளைக்கு நான் சீக்கிரமே தாத்தாவை அனுப்பிச்சுடறேன்."

மணி அப்பாவைப் பார்த்தான். அப்பா "நாளன்னிக்கும் அதுக்கு அடுத்த நாளுமா இல்லை?" என்று சாஸ்திரிகளைக் கேட்டார்.

"இல்லை, இல்லை. நீங்க இந்த காலண்டரிலே போடறதைப் பார்த்துச் சொல்றேள். அதுலே இந்த மாசம் முழுக்க எல்லாம் தப்புத் தப்பா போட்டிருக்கு," என்று சாஸ்திரிகள் சொன்னார்.

"அட ராமா!" என்று மணி சொன்னான்.

"ஏன்?" என்று சாஸ்திரிகள் கேட்டார்.

"இது முன்னாலேயே தெரிஞ்சிண்டிருந்தா நான் இன்னிக்கே க்ஷவரம் பண்ணிண்டிருக்கலாம். இப்போது தான் டில்லிலேந்து கமிஷனர், அண்டர் செகரட்டரி எல்லாம் வந்திருக்கா. நான் தாடி மீசையோட இன்னும் மூணு நாளைக்கு அவுங்க முன்னாலே போய் நிக்கணும்."

சாஸ்திரிகள் தன் பொறுப்பு முடிந்த மாதிரி பவானியைப் பார்த்து, "என்னம்மா சௌக்கியமா?" என்று கேட்டார்.

"இன்னிக்குப் பண்ணிண்டுடு, அப்போ சரியாயிருக்கும்" என்று அப்பா மணியைப் பார்த்துச் சொன்னார்.

"நான் அதுக்குள்ள குளிச்சுத் தொலைச்சுட்டேன்." என்று மணி முணுமுணுத்துக்கொண்டான்.

"குளிச்சா என்ன?" என்று அப்பா சொன்னார்.

சாஸ்திரிகள் மறுபடியும் மணியைப் பார்த்து, "சரியா எட்டரை மணிக்குத் தாத்தாவை அனுப்பிச்சுடறேன். எல்லாத்தையும் மூடிச்சுண்டு நீ பத்து மணிக்கு டயத்துக்கு ஆபீஸுக்குப் போயிடலாம்" என்றார்.

"உம், பாத்துக்கலாம்," என்று மணி சொன்னான். சமையலறையில் சரோஜினி கொதிக்கும் ரசத்தை இறக்கி வைத்தாள். அடுத்து தாளித்து, கறியை வதக்க வேண்டும். அதை அவள் உடனே செய்யவில்லை.

சாஸ்திரிகள் சிறிது சமையலறைப் பக்கம் பார்த்து, "என்னம்மா சரோஜா. இன்னிக்கே போய் பெரியம்மாவை அழைச்சுண்டு வந்துடு," என்றார்.

மணி, "நான் போய் சொல்லிடறேன்," என்றான். சரோஜா இப்போது இலுப்பச் சட்டியில் எண்ணெய் விட்டாள். "அப்ப நான் வரட்டுமா?" என்று சாஸ்திரிகள் கிளம்பினார்.

"சரி" என்று அப்பா சொன்னார். சாஸ்திரிகள் கிளம்பினவர் திரும்பி, "நீங்க இன்னும் கிருஷ்ணசாமி ஐயருக்கு முடிவா ஒரு தகவலும் சொல்லலையா?" என்று கேட்டார். சரோஜினிக்குக் கிருஷ்ணசாமி ஐயர் யார் என்று தெரிந்துவிட்டது. மணிக்கும் தெரிந்தும் அவன் கோபித்துக்கொள்ளாமல் இருந்தான். அப்பா, "யாரு, எந்த கிருஷ்ணசாமி ஐயர்?" என்று கேட்டார்.

"அதுதான் ரிடையர்டு ரயில்வே ஆடிட்டர். இவா அம்மா எல்லாம் இருக்கிறப்பவே போய் பெண்ணைப் பார்த்துட்டுக்கூட வந்தேள். என்னப்பா மணி, இனிமேகூடத்

தாமதப்படுத்தலாமா? காலா காலத்துலே ஆகவேண்டிய தெல்லாம் தள்ளிப் போட்டுண்டே வந்தா எவ்வளவு கஷ்டமாப் போயிடறது பாரு. நீ ஏதோ சட்டுபுட்டுன்னு சொன்னா ஆவணியிலேகூட முகூர்த்தம் பார்த்து ஏற்பாடு பண்ணிடலாம். ஒண்ணுமில்லே, இந்தக் கர்மாக்கெல்லாம் கூட அப்போதாப்பா முழுப் பலனும் கிடைக்கும்."

மணி கேட்டுக்கொண்டே நின்றான். அப்பா, "நான் சொல்றேன்" என்றார். சாஸ்திரிகள் சொன்னார். "நல்ல குலம், கோத்திரம். பொன் வரைக்குமே எட்டு பத்து ரூபாய்க்குச் செய்வா."

"அம்மாதான் போயிட்டா," என்று பவானி சொன்னாள்.

"அதனாலென்ன, இன்னும் நன்னா இருபது வருஷம் இருக்கலாம். இப்படி அகாலமாப் போயிட்டா... அதுக்காக இருக்கிறவா காரியம் நின்னு போயிடறதா? அது அது காலா காலத்துலே ஆனாத்தானே நன்னாயிருக்கும்? உனக்கப்புறம் அப்புக்கு ஆகணும், சரோஜாவுக்கு ஆகணும், எல்லாம் உனக்காகக் காத்திண்டு இருக்கு பாரு. அப்பு எங்கே? அவன் கிட்டேயும் சொல்லி வைச்சுடு. நாளைக்கு எல்லாம் பத்து மணிக்கு முடிச்சுண்டு ஆபீஸ் போயிடலாம். நாளன்னிக்கு மட்டும் கார்த்தாலே அரை நாள் லீவு போட்டாப் போதும்."

அப்பா, "கொஞ்சம் காபி இருக்குமா?" என்று சரோஜினியைக் கேட்டா.

"ஊஹூம்... வேண்டாம், நான் காபியை விட்டு ஆறு மாசத்துக்கு மேலாறது. வேண்டாம்மா சரோஜா." சாஸ்திரிகள் இதைச் சொல்லிவிட்டு அப்பாவைக் கேட்டார்: "சரோஜா மெடிகல் காலேஜ் அப்ளிகேஷன் என்னாச்சு?"

"போட்டிருக்கு... பாக்கணும்," என்று அப்பா சொன்னார்.

மணல்

"பர்ஸ்ட் கிளாசுதானே?"

"பாஸ்ட் கிளாஸ்தான். ஒரு 'டி' வாங்கியிருக்கா..." அப்பா பூணூலை எடுத்துக் காண்பித்தார். "மூணு 'டி' வாங்கினாலே இதுக்கு இல்லேன்னுடுவான். ஒரு 'டி'க்கெல்லாம் அவ்வளவு சுலபமா?"

"நான் வரேன். மணி, நாளைக்கு அப்புவையும் கூடவே இருக்கச் சொல்லு. நான் எப்ப வந்தாலும் அவன் கண்லே அம்படறதில்லை."

சாஸ்திரிகள் கிளம்பிப் போய்விட்டார். அப்பா வராந்தா வுக்குப் போய் "மணி," என்று கூப்பிட்டார். மணி போனான். சரோஜினியும் சமயலறையிலிருந்து வராந்தாப் பக்கம் போனாள். அப்பா மணியைக் கேட்டார்: "ஒரு பத்து ரூபாயிருந்தா கொடு, ஆத்துக்கு சாமான்லாம் கொஞ்சம் வாங்கிண்டு வந்துடணும்."

மணி ஒன்றும் சொல்லாமல் உள்ளே போய் அவனிட மிருந்த ஒரு பத்து ரூபாய் நோட்டு கொண்டு வந்து கொடுத்தான். "மாஸ்யம் சோதம் பத்துக்குக் கறிகாயும் இப்பவே வாங்கிண்டு வந்துடறேளா?" என்று கேட்டான்.

"இப்ப முடியாது. ஆரோரூட் ஒரு டப்பாவும் எண்ணெயும் வாங்கி வந்துடறேன். மத்ததை சாயங்காலம் பாத்துக்கலாம்," என்று அப்பா சொன்னார்.

சரோஜினி சொன்னாள், "அப்பா நான் இன்னிக்குக் காலேஜுக்குப் போயிட்டு வரணும்."

"பவானி தனியாத்தான் இருக்கணும் – உங்கப் பெரியம்மா வந்தப்புறம் போயேன்."

"நீங்க எனக்கு மெடிக்கல்லே சீட் வாங்கித் தர முடிய லேன்னா பி.எஸ்ஸிக்காவது உடனே பார்க்கணும். அப்புறம் ஒண்ணுமே கிடைக்காம போயிடும்."

"மூவாயிரம் வேணும், நாலாயிரம் வேணுங்கறாம்மா. அவ்வளவு பணத்துக்கு நான் இப்ப எங்கே போவேன்?"

"அப்பொ எதுக்கப்பா மெடிக்கல் காலேஜுக்கு அப்ளை பண்ணணும்? முடியாதுன்னா முதல்லேயே பாக்க வேண்டா மில்லையா?"

அப்பா மணியைக் கேட்டார், "இந்த மாசம் அப்பு, அவன் சம்பளப் பணம் கொடுத்தானா?"

மணி சொன்னான், "நான் அவனை ஒண்ணும் கேக்கிற தில்லை. இரண்டு மூணு மாசமாகவே அவன் வீட்டுக்குப் பணம் தர்ரதில்லை."

"என்ன பண்றான் அவன்?"

"நீங்க கேக்காமே நான் எங்கே கேக்கறது?"

"முன்னெல்லாம் ராத்திரி வரதுக்குத்தான் நாழி யாகும். இப்பல்லாம் கார்த்தாலேயே வேறே வெளியிலே போயிடறான்."

சரோஜினி இந்தப் பேச்சில் சம்பந்தப்பட்டுக் கொள்ளாமல் உள்ளே போனாள். பவானி, "சமையல் ஆயிடுத்தா?" என்று கேட்டாள்.

"ஆயிடுத்து, இதோ, அப்பா வந்தப்புறம் சேர்ந்தாப்பல உக்காந்திடு."

"பி.எஸ்ஸி. கி.எஸ்ஸி.யெல்லாம் எதுக்கு? நான் ஆன மட்டும் கெஞ்சினேன். என்னைக் காலேஜிலேயே சேர்க்கவே மாட்டேனுட்டா அப்பா அண்ணா எல்லாரும்."

"உனக்கு அப்பவே கல்யாணம் பண்ணணும்னு பாத்துண்டிருந்தா."

அப்போது குழந்தை அசைந்து கொடுத்து அழ ஆரம்பித்தது. "தொ தொ தொ தொ" என்று பவானி அதைத் தட்டிச் சமாதானப்படுத்த ஆரம்பித்தாள். சரோஜினியும் பக்கத்தில் உட்கார்ந்து போர்த்தியிருந்த துணியை விலக்கி னாள். குழந்தையின் அடித்துணி நனைந்திருந்தது. மணி எட்டிப் பார்த்துவிட்டு வராந்தாவுக்கே போய்விட்டான்.

அப்பு அப்போது வந்தான். அவனும் இளைத்துக் கறுத்து இருந்தான். பவானி, "நீ குளிச்சிட்டயோல்லியோ?" என்று கேட்டாள். "ஆச்சு," என்று அப்பு சொன்னான். பவானி கேட்டாள்:

"நீ சம்பளத்தை ஆத்திலே கொடுக்கிறதில்லையா?"

"அதெல்லாம் உனக்கென்ன?"

சரோஜினி சொன்னாள்: "அப்பா இப்போத்தான் முதல் தடவையா அதைப் பத்தி பேசிண்டிருந்தா."

"யார் கிட்டே?"

"அண்ணாகிட்டே."

"அவன் மட்டும் ரொம்ப ஒழுங்கோ?"

"என்னடா சொன்னே?" என்று கேட்டுக்கொண்டு மணி உள்ளே வந்தான்.

"உங்கிட்ட ஒண்ணுமில்லே," என்று அப்பு பதில் சொன்னான்.

"நான் ஊருக்குப் போனப்புறம் சண்டை போடுங்கோ. நான் இருக்கிறவரைக்கும் சண்டை போடாதேங்கோ" என்று பவானி சொன்னாள். அப்பு குழந்தையிடம் கொஞ்சுவதற்கென மண்டியிட்டு உட்கார்ந்தான். பவானி சொன்னாள்: "நீயும் வேஷ்டியைக் கட்டிண்டு வந்தா நம்ப மூணு பேருமாவது சாப்பிட உட்காரலாம். சரோஜினிக்கு இன்னிக்குக் காலேஜ் வேறே போகணுமாம்."

அப்பு "பரவாயில்லை," என்று சொன்னான். அப்போது ஆரோரூட் மாவு டப்பாவும் எண்ணெயும் வாங்கிக்கொண்டு அப்பா வந்தார். அப்பாவைப் பார்த்துவிட்டு அப்பு எழுந்து நின்றுகொண்டான். அப்பா அவனைத் தாண்டிச் சமையலறைக்குச் சென்று தான் வாங்கி வந்தவைகளைக் கீழே வைத்தார். ஹாலுக்கு வந்து யாரிடமோ சொல்வதுபோல், "நாளைக்கு அம்மா

மாசச் சோதம்பம். அதுக்கடுத்த நாள் மாஸ்யம். காத்தால வேளையிலே வீட்டிலேயே இரு” என்றார்.

அப்பு, ஒரு நிமிஷம் இடைவெளி எடுத்துக்கொண்டான். பிறகு “அப்பா, நான் உங்ககிட்டே ஒண்ணு சொல்லணும்,” என்றான்.

“பேஷ்! அண்ணனுக்கே இன்னும் ஜாதகம்தான் பாத்திண்டிருக்கு. தம்பி நீ முந்திடறியா, பேஷ்!”

அப்பு பதில் சொல்லவில்லை.

“வீட்டிலே இன்னும் ஒரு பொண்ணுக்குக் கல்யாணம் பண்ணணும். அதுக்குன்னு போறப்போ மூஞ்சியைத் தூக்க முடியாதபடி பண்ணிடாதே.”

அப்பு பேசவில்லை.

அப்பா சட்டென்று ஒன்று ஞாபகம் வந்த மாதிரி மீண்டும் பேசினார். “ஓகோ, அதுக்குத்தான் பணத்தைச் சேர்த்து வைச்சிருந்தயா? பேஷ், பேஷ்!”

அப்பு பேசவில்லை.

“கல்யாணம் என்னிக்கோ?”

“நாளைக்கு.”

“செத்துப்போன உன் அம்மா காரியம்டா நாளைக்கு.”

அப்பு பதில் சொல்லவில்லை. அப்பா கடைசியாகக் கேட்டார், “பொண்ணாவது பிராமணப் பொண்ணா?”

“இல்லை.”

அப்புறம் யாரும் பேசவில்லை.

7

தன் முகத்தில் இன்னும் சிறிது உற்சாகம் இருந்தால்கூட அந்த மோகன் போட்டோ கடைக்காரன் தன்னைப் பார்த்து அந்த ஆபாச சமிக்ஞை செய்திருக்க மாட்டான் என்று சரோஜினிக்குத் தோன்றியது. முகம் என்று மட்டுமில்லை; தன் கை கால்கள், தலையச் சரியாக வகிடெடுத்துச் சீவி விடாமல் இருப்பது; புடவை ஏகமாகக் கசங்கிக் கிடப்பது; இதெல்லாம் அவன் தினமும் காணும்படிதான் அவன் போட்டோக் கடைக்குப் பக்கத்தி லிருந்த மளிகைக் கடையிலிருந்து சிறிதும் பெரிதுமான வீட்டுச் சாமான்கள் வாங்கிப் போவது; அவன் கடைக்கு முன்னால் கை தவற விட்டு அதிலிருந்து உப்பெல்லாம் கீழே மண்ணுடன் சிதறிக் கி க்க விட்டுச் சென்றது இதெல்லாமும் கூடச் சேர்ந்திருக்கவேண்டும் என்று சரோஜினிக்குத் தோன்றியது. ஒரு பெட்டிக் கடையைவிடச் சிறிதே பெரிதான கடையாக அவன் நடத்தி வந்தாலும், அவன் தன் பல் சந்துகளில் அடைந்திருந்த வயதுக்கு மீறிய கருமை அருவருப்பு ஏற்படுத்தும்படி தெரிந்தாலும் அவன் தைரியமாக வாயைத் திறந்துகொண்டு சிரித்துக்கொண்டிருந்தான்.

சரோஜினி பஸ் ஸ்டாண்டைக் கடந்து செல்லும்போது அவசியமே இல்லாமல் இருந்தும் தெருவின் எதிர்புறத்துக்குச் செல்வதற்கு நடைபாதையிலிருந்து இறங்கி நின்றாள். நிர்ணயிக்க முடியாத வேகத்தில் வந்துகொண்டிருந்த சைக்கிள் ரிக்ஷா அவளுக்கு வழி விடுவதற்குள் ரேணுகா பார்த்துவிட்டாள். "சரோ" என்று கூப்பிட்டுவிட்டாள். சரோஜினி தான் நின்ற இடத்திலிருந்தே திரும்பிப் புன்னகை புரிந்தாள்.

"ஏண்டி, என்னைப் பார்த்தும் பார்க்காதபடி போறே?"

சரோஜினி பதில் சொல்லாமல் புன்னகை மட்டும் நீடிக்க இருந்தாள்.

"ரொம்ப அவசரமோ?" என்று ரேணுகா கேட்டாள்.

"வீட்டுக்கு வரதுதானே?" என்ற சரோஜினி கேட்டாள்.

"ஞாயிற்றுக்கிழமை காலையிலே உன்னைப் பாக்றதுக்குன்னு வந்து அரை மணி நேரம் காத்திண்டிருந்தேன். நீ வரவேயில்லை."

"எதுக்குப் போனியோ, பத்து மணி வரைக்கும் நீ வரலை."

"நீ பால் கூப்பன் எப்பவாவது வாங்கப் போயிருந்தா தெரியும், அதுக்கு எவ்வளவு நாழியாகும்னு."

"பால் கூப்பபெனல்லாம் நீயேன் வாங்கப் போய் நிக்கறே? உங்க அப்பா அண்ணா யாராவது போகக்கூடாதா?"

சரோஜினி கேட்டாள்: "மிஸ் பிரேமாவதி ரிசைன் பண்ணிட் டாளா?"

ரேணுகா ஒரு கணம் என்ன பேசுவதென்று தெரியாமல் நின்ற மாதிரி இருந்தது. பிறகு சொன்னாள்: "பேச்சை மாத்தறியா? நிஜமாகவே கேக்கறியா?"

"ஏன், உன் காலேஜ் டிமான்ஸ்டிரேட்டர் பத்தி உங்கிட்டே கேக்கக் கூடாதா?"

"நான் சொல்லறதுக்கென்ன, ஊரே சிரிச்சுப் போச்சே, நீ இருந்தாயோல்லியோ, அப்பவே அவ ஏதேதோ லாட்ஜுக் கெல்லாம் போயிட்டு வந்திண்டிருந்திருக்கா. அவ இருந்த லட்சணத்துக்கு ஹாஸ்டல் ஹெட் குக் மேலே இல்லாத கம்ப்ளெயிண்ட் கொடுத்து அவனை சஸ்பெண்டு பண்ண வச்சுட்டா. நீ வாயேன் ஒரு நாளைக்கு காலேஜுக்கு."

"வரேன்."

"நம்ம செட்டிலே இருந்த பதினெழு பேரிலே பத்து பேர் பி.எஸ்ஸி கெமிஸ்ட்ரிதான்."

"தெரியுமே எனக்கு."

"ஜானு பர்ஸ்ட் இயர்லியே விட்டுட்டுப் போயிட்டா ... நீதான் வரலேடி. பெரிய எம்.பி.பி.எஸ்.னு சொல்லிண்டிருந்தே."

"செகண்ட் குரூப் எடுத்துக்கிறவா எல்லாருமே டாக்டராகப் போறோம்னுதான் முதல்லே நினைச்சுண்டிருப்பா."

அப்போது சரோஜினிக்குத் தன் முகம் கறுத்துப் போனதை உணர முடிந்தது. அந்த மோகன் போட்டோக் கடைக்காரன் அவர்கள் இருவரையும் கடந்துகொண்டு போனான். பஸ் ஸ்டாண்டில் நின்றுகொண்டிருந்த கும்பலினால் அவர்கள் இரண்டு பேரையும் உரசிக்கொண்டு போவதைக்கூட தவறாகச் சொல்ல முடியாது இருந்தது. "நான் ஆறு மணிக்கு சுந்தரம் பார்க்காண்ட நின்னிட்டிருப்பேன்" என்று அவன் பாட்டுக்கு மெதுவாகத் தெளிவாகச் சொல்லிவிட்டுப் போனான். ரேணுகா மட்டும் சஞ்சலமின்றி அவன் போவதைப் பார்த்துக்கொண்டே இருந்துவிட்டு, "இவன் போட்டோகிராபர்தானே?" என்று கேட்டாள். சரோஜினி, "உனக்குத் தெரியுமா?" என்று கேட்டாள்.

"மிஸ் பிரேமாவதிக்கு சரியான ஜோடி," என்று ரேணுகா சொன்னாள்.

"அவன் கடையிலே ஒரு படம்கூடப் புதுசு கிடையாது. எல்லாம் மங்கிப் போனதா இருக்கும்"

மணல்

"ஆனால் அவன் மட்டும் எல்லாப் பொண்ணையும் பாத்துப் பல்லைக் காட்டுவான்."

"நான் போகணும்டி. கரி மூட்டைக்கு வேறே சொல்லிட்டுப் போகணும்."

"உங்கண்ணா சீக்கிரம் கல்யாணம் பண்ணிண்டா என்னா?"

"முன்னே யாராரோ வந்தப்போ முடியாதுன்னுட்டான். இப்பல்லாம் ஜாதகம்கூட வரதில்லை."

"நான் ஒண்ணு சொல்லறேன், கோச்சுக்கமாட்டியே?"

"என்ன? சீக்கிரம் சொல்லு."

"உன் சின்ன அண்ணாவாவது எவளையோ கல்யாணம் பண்ணிண்டு எங்கேயோ இருக்கான். உன் பெரிய அண்ணாவுக்கு அதுக்குக்கூடத் தைரியம் இல்லை."

சரோஜினி பதில் சொல்லாமல் இருந்தாள்.

"எங்கே பொறுப்பு வந்திடுமோன்னு தட்டிக் கழிச்சிண்டு இருக்கான்."

"வீட்டிலையாவது இருக்கான்."

"நீ வீட்டோடேயே இருந்திண்டு வேளா வேளைக்குச் சமைச்சுப் போட்டிண்டிருக்கயே."

பஸ் வந்து ரேணுகா கிளம்பிப் போய்விட்டாள். சரோஜினி வீட்டுக்கு வந்து தான் வாங்கிக் கொண்டு வந்த பண்டங்களைச் சரியான டப்பாக்களில் போட்டு வைத்தாள். வேலைக்காரி தேய்த்து வைத்துப் போயிருந்த பாத்திரங்களை அப்பா அலம்பி வைத்துக் கவிழ்த்துக்கொண் டிருந்தார். "இலையைப் போடறியாம்மா, நாழியாகிறது" என்று சரோஜினியிடம் சொன்னார்.

"நாழியானா என்ன?" என்று சரோஜினி கேட்டாள்.

அப்பா தலையை நிமிர்ந்து பார்த்தார். "இன்னும் ஒரு மாசமாகி நான் ரிடையராயிட்டேன்னா அவசரப்படுத்த மாட்டேன்."

சரோஜினி தான் வடித்து வைத்துப் போயிருந்த சாதத்தை மேலாக ஒரு பிடி எடுத்துக் கிணற்றருகே காக்கைக்காக வைத்தாள். அப்போதுதான் வழக்கமாகப் பூஜை அலமாரி எதிரே சமைத்ததை வைத்து நிவேதனம் செய்வது அன்று தவறவிட்டது ஞாபகம் வந்தது. ஒன்றும் பேசாமல் அப்பாவுக்குச் சாப்பாட்டுத் தட்டை எடுத்து வழக்கமான இடத்தில் போட்டாள். தட்டுச் சப்தம் கேட்டு மணி மாடிப்படியிலிருந்து வந்து கொல்லைப் பக்கம் போனான். அப்பா சாப்பிட உட்கார்ந்ததும் மணியும் அழுக்கு வேஷ்டியுடன் பக்கத்தில் சாப்பிட உட்கார்ந்தான். அப்பா அவனைப் பார்த்துவிட்டுப் பிறகு தன் தட்டைப் பார்த்தவண்ணம் இருந்தார். சரோஜினி கேட்டாள்: "நீ குளிக்கலியா?"

"ச்சு," என்று மணி சொன்னான்.

சரோஜினி சாதம் பரிமாறினாள். அப்பா சொன்னார்: "அரப்புப் பொடி டப்பா காலியாருக்கு. வாங்கிண்டு வரணும்னு முனியம்மா சொன்னா."

"அரப்புப் பொடிகூட நான்தான் பாத்து வாங்கணுமா? நீங்க யாராவது வாங்கிண்டு வரக்கூடாதா?"

மணி ஒன்றும் சொல்லாமல் சாப்பிட்டுக்கொண்டிருந்தான். அப்பா பணிந்துபோய், "நான் வாங்கிண்டு வரேன், வாங்கிண்டு வரேன்" என்று சொன்னார்.

"இனிமே நான் மளிகைக் கடைப் பக்கமே போக மாட்டேன்," என்று சரோஜினி சொன்னாள்.

"சரி... சரி... சரி... சரி" என்ற அப்பா தொடர்ந்து சாப்பிட்டுக் கொண்டிருந்தார். ஒரு கணம் சரோஜினிக்கு அப்பா, மணி இருவரும் கை கால்களை அசைக்கக்கூடிய உயிரற்ற பொம்மைகள் மாதிரித் தோன்றிற்று. இவர்களால் யாருக்குத்தான் என்னதான் செய்ய முடியும்?

மணி அழுக்கு வேஷ்டியுடனேயே ஆபீஸுக்குப் போனான். வாசல் கதவைத் தாளிட்டுவிட்டு சரோஜினி சாப்பிட உட்கார்ந்தாள். சமையல் அன்று சப்பென்று

இருந்தது. அவள் உப்பே போட மறந்திருக்கிறாள். அப்பா, அண்ணா இருவரும் அதைக்கூடச் சொல்லாமல் சாப்பிட்டுவிட்டுப் போயிருக்கிறார்கள். கொல்லைக் கதவையும் தாளிட்டுவிட்டு சரோஜினி பாயை விரித்துப் படுத்துக்கொண்டாள். அம்மா போவதற்குச் சில நாட்கள் முன்புதான் வாங்கிய பாய் அது. அது இப்போது ஓரங்க ளெல்லாம் பிரிந்து போயிருந்தது. காலண்டர் தேதித் தாள் தவிர மற்றெல்லாமே பழசாகிக் கிடந்தது.

சரோஜினி வாரப்பத்திரிகைகள் இரண்டை எடுத்து வைத்துக்கொண்டு மீண்டும் படுத்தாள். அந்தக் கதைகள் எல்லாமும் பழையதாகத்தான் இருந்தன. பன்னிரண்டு மணி தபால்காரன் ஒரு கடிதத்தைக் கொடுத்துவிட்டுப் போனான். வனஜாவின் கை எழுத்து. "இங்க எல்லோரும் சௌக்கியம். அங்கு எல்லோரும் சௌக்கியமா? இங்கு மழை பெய்கிறது. அங்கு மழை பெய்கிறதா? சுதாவும் பாலுவும் நன்றாகப் படிக்கிறார்கள். அண்ணா, பெண் பார்த்துவிட்டுச் சரியென்றானா? அப்பாவுக்கு என் நமஸ்காரங்கள்" என்றுதான் எழுதியிருப்பாள். கடிதத்தைப் பிரிக்காமலேயே மேஜை மீது சரோஜினி வைத்தாள். பிறகு பிரித்துப் பார்த்தாள். புதிதாக ஒன்று மட்டும் வனஜா எழுதி யிருந்தாள். "அப்புவுக்குக் குழந்தை பிறந்திருக்கிறதாமே, போய்ப் பார்த்தாயா?"

பிற்பகல் வேலைக்கு வந்த முனியம்மா, "என்ன கண்ணு. இன்னிக்குக் காப்பிப் பாத்திரம் ஒண்ணும் போடலியா?" என்று கேட்டாள்.

"நான் மத்தியானம் காப்பி போட்டுக்கலை," என்று சரோஜினி சொன்னாள்.

"நீ மட்டும் ஏன் தனியா வீட்டுலே குமிஞ்சு குமிஞ்சு கிடக்கே?"

"எந்த வீட்டிலேயும் யாராவது இருக்கத்தானே வேணும்?"

"நீ இருக்கிறது நல்லால்லே கண்ணு."

"உன் வேலையைப் பார்த்துண்டு போயேன்."

"அதெப்படி முடியும்? உங்க பெரியம்மாவையாவது கொண்டுவந்து வீட்டிலே வைச்சிக்கிறது தானே கண்ணு?"

"அவங்க வந்திருந்தாத்தானே முனியம்மா?"

"சரி, அரப்புப் பொடி போடு."

"அரப்புப் பொடி இல்லை. அரப்புப் பொடி இல்லாமலே தேய்."

முனியம்மா அவளுக்குள் எதையோ சொல்லிக் கொண்டு வேலையைச் செய்தாள். வீட்டைப் பெருக்கி முடித்த பிறகு பால் வாங்கி வர பால் கூப்பனையும் புட்டியையும் எடுத்துக்கொண்டு கிளம்பினாள். "கிளப்புலேந்து உனக்கு ஏதாவது வாங்கியாரணுமா கண்ணு?" என்று கேட்டாள்.

"எனக்கு ஒண்ணும் வேண்டாம்," என்று சரோஜினி சொன்னாள்.

"எப்படியானும் கெட்டுப் போ," என்று சொல்லிவிட்டு முனியம்மா போனாள்.

சரோஜினி, முனியம்மா தேய்த்த பாத்திரங்களை அலமாரியில் எடுத்துக் கவிழ்த்து வைத்துவிட்டுக் கண்ணாடி முன்பு நின்றுகொண்டாள். இனியும் அந்த முகத்தைக் குழந்தை முகம் என்று யாரும் சொல்ல முடியாது. சரோஜினி மீண்டும் சமையலறைக்குச் சென்று பார்த்தாள். காலையில் தயாரித்த சாதம், குழம்பு இரவுக்கும் போதுமானதாக இருந்தது. அதைத் தவிர ஒரு பாத்திரம் நிறைய பழைய சோறு தண்ணீரில் ஊறிக்கொண்டிருந்தது.

சரோஜினி வீட்டைத் துப்புரவாக்க ஆரம்பித்தாள். பாலை வாங்கி வந்த முனியம்மா, "என்னாது ... இப்படி இந்த வேளைக்கு ஒரே ஒட்டடைக் குப்பையாக கீழே தள்ளறே? நான் இப்பத்தான் பெருக்கிட்டுப் போனேன். மறுபடியும் பெருக்க முடியாது," என்றாள்.

"நானே பெருக்கிக்கறேன். நீ போ," என்று சரோஜினி சொன்னாள். மாதக்கணக்கில் தூசி, ஒட்டடை தட்டப்படாத

அலமாரி, பீரோ மேல்புறம் எல்லாம் சுத்தம் செய்து பெட்டிகள் வைத்த சுவரோரம் இருந்த சந்துகளையும் அடித் தரையையும் பெட்டிகளை நகர்த்திச் சுத்தமாகப் பெருக்கினாள்.

எப்போதோ தேடி, இனி கிடைக்காது என்று மறந்து போன பொருள்கள் பல அங்கு கிடந்தன. சீப்பு, சாவி வளையம், ஒரு ஒற்றை வளையல், பவானியின் குழந்தைக் காகத் தைத்த நாப்கின், இன்னும் இரண்டு குழந்தைத் துணிகள், அப்புவுடைய கையில்லாத பனியன். சரோஜினி பெருக்கி முடித்த பிறகு சுவரில் மாட்டியிருந்த படங்களையும் காலண்டர்களையும் தூசியில்லாமல் துடைத்தாள். அம்மாவும் அப்பாவும் சரோஜினி பிறப்பதற்கும் முன்னால் சேர்ந்து எடுத்துக்கொண்ட புகைப்படத்தில் கறுப்பாக இருக்க வேண்டிய இடங்கள் மங்கல் சிவப்பாகி படத்தையும் பூச்சி அரிக்க ஆரம்பித்திருந்தது. அம்மா முழங்கைக்கும் கீழே தொங்கும்படியாக ரவிக்கை போட்டுக்கொண்டு விறைப்பாக உட்கார்ந்திருந்தாள். அம்மா விறைப்பாக இருப்பது தெரிந்தது; அப்பா அப்போதே பொம்மை மாதிரிதான் இருந்திருக்கிறார்.

பூஜை அலமாரிப் படங்களையும் சிறு விக்கிரகங்களை யும் சரோஜினி துடைத்து வைத்தாள். கங்கை நீர் வைத்திருந்த சிறு சொம்புகள் இரண்டுதான் இப்போது இருந்தன. பெரிதாக இருந்து பல தடவைகள் கீழே உருண்டு விழுந்து நசுங்கிய செப்புச் சொம்பைத்தான் அம்மா போனதற்கு உடைத்தது. அதற்குப் பிறகு கங்கை எவர் நினைவுக்கும் வரவில்லை. அப்புவின் சாயிபாபா டாலரும் அங்கே கிடந்தது. அவன் வைத்தது மறந்துபோய் வீடெல்லாம் தேடி அவன் இப்போது சாயிபாபாவைக்கூட மறந்திருக்கக்கூடும். சரோஜினிக்கு அப்புவைப் போய்ப் பார்க்க வேண்டும் போலிருந்தது. அவன் ஒரு குழந்தைக்குத் தகப்பனார் ஆகிவிட்டான். அவனுக்கு இங்கிருப்பவர்கள் பற்றி அக்கறை இல்லை. இவர்களுக்கும் அவனைப் பற்றி அக்கறை இல்லை. வனஜாவாவது கடிதம் போட்டுக்கொண்டு இருப்பாள்.

ஆபீஸ் முடிந்து மணி வந்தான். முதலில் சரோஜினி அசையாமல் இருந்தாள். பிறகு காபி போட உள்ளே போனாள். மணி கொல்லைப் பக்கம் போய் வந்த பின் ஒரு மர்ம ஒற்றன் கதைப் புத்தகத்தைப் கையில் சுருட்டி வைத்துக்கொண்டு ஹாலில் சுவரில் சாய்ந்து படித்துக் கொண்டிருந்தான். சரோஜினி காபி கொண்டு வந்து கொடுத்ததும் சாப்பிட்டுவிட்டு வெளியே கிளம்புவதற்காகச் சட்டையை எடுக்கச் சென்றான். சரோஜினி, "நீ எங்கேயும் போயிடாதே நான் வெளியிலே போகணும்," என்றாள்.

"கறிகாய் ஏதாவது வாங்கிண்டு வரப் போறியா?" என்று மணி கேட்டான்.

"வெளியே போகிறதுன்னாக்கூட உங்களுக்கு உழைக்கத்தான் நான் போகணுமா?"

மணி சட்டையை ஆணியில் மாட்டிவிட்டு மறுபடி பழையபடியே சுவரில் சாய்ந்தபடி தரையில் படுத்துக் கொண்டு புத்தகத்தைப் படிக்க ஆரம்பித்தான்.

சரோஜினி தலையைமட்டும் படிய வாரிக்கொண்டு வெளியே கிளம்பியபோது அப்பா இன்னும் வரவில்லை. எப்படியும் இன்னும் அரை மணி, ஒரு மணி நேரத்திற்குள் வந்துவிடுவார்.

சரோஜினி தான் அவசரப்படவில்லை என்று சொல்லிக்கொண்டாள். நேரே சென்று வலது பக்கம் திரும்பி விளையாட்டு மைதானத்தைக் கடந்து சென்றாள். அப்போதுதான் சிறிது தூரத்தில் உயரமான அசோக மரங்களின் உச்சிப் பகுதிகளைப் பார்க்க முடிந்தது. விளையாட்டு மைதானம் தாண்டித் திரும்பியவுடன்தான் தெருவின் எதிர்ப்புறத்தில் சுந்தரம் பார்க் இருந்தது.

(1969)